காத்திருந்த விடியல்

விமலா ரெட்டி

AF728100

notionpress
.com

INDIA · SINGAPORE · MALAYSIA

Notion Press Media Pvt Ltd

No. 50, Chettiyar Agaram Main Road,
Vanagaram, Chennai, Tamil Nadu – 600 095

First Published by Notion Press 2022

ISBN 979-8-88530-447-4

உள்ளடக்கம்

(குறிப்பு) நாவல்

“காத்திருந்த விடியல்”

எழுதியவர் – விமலா ரெட்டி

இதுவரை ஏழு நாவல்கள் எழுதியுள்ளேன். அதில் ஒன்றுதான் “காத்திருந்த விடியல்” பல காலமாக அலி, பேடி, அரவாணி போன்ற அடைமொழிகளால் கேலியுடன் அடையாளம் காணப்பட்டு சமூகத்தில் ஆண்களாகவோ, அல்லது பெண்களாகவோ வாழ முடியாமல் மன உளைச்சலுடன், எந்தத் தொழிலும் செய்ய முடியாமல் கேளிக்கை நடனம், பாலியல் தொழில் என வாழ்க்கையைத்,தொலைத்து அவலத்தில் வாழ்ந்து வரும் திருநங்கைகளை நேர்காணல் கண்டு, அவர்களதுத் துன்பங்களையும், வேதனைகளையும், வாழ்க்கை வரலாற்றை அப்படியே கதையாக்கி நாவலாக எழுதியுள்ளேன்.

இந்த நாவல் மலேசியாவில் தேசிய நிலநிதி கூட்டுறவு சங்கத்தின், டான்ஸ்ரீ கே.ஆர். சோமா மொழி இலக்கிய அறவாரியத்தின் 3 வது அனைத்துலக மலேசிப்புத்தகப் போட்டியில் சிறந்த நாவலாக அங்கீகரிக்கப்பட்டு, சிறந்த நாவலுக்கான பத்தாயிரம் வெள்ளி பரிசும், சிறந்த நாவலாசிரியர் என்ற சான்றிதழும் பெற்றுத் தந்தது.

நன்றி

அன்புடன் நாவலாசியர் விமலா ரெட்டி

நாவல்

அத்தியாயம் 1

ரோஜா மலரைப் போல மென்மையான, பெண்மைக்குள் நான் இருக்கிறேன். ஆனால் நெறிஞ்சி முள்ளைப் போல் எனக்குள் உறுத்திக் கொண்டிருக்கும் ஆண் அடையாளத்தை... நான் என்ன செய்வேன்? உடலால் ஆணாகவும், உணர்வாலும்... மனத்தாலும்... பெண்ணாகப் பிறந்தது என் தவறா? நான் என்ன ஊதாரிப் பிள்ளையாகவா திரிகிறேன்? ஊர் வம்புக்காப் போகிறேன்? நரிப் போல வஞ்சனையா செய்கிறேன்? இது ஆண்டவன் படைப்பல்லவா!? எனது' திரிசங்கு நிலை' பிறப்பிற்கும் ஓர் அங்கீகாரம் தேடுகிறேன் கிடைக்குமா? எல்லாவற்றுக்குமே ஏங்குவதே என்னைப் போன்றோருக்குப் பிழைப்பாகிப் போச்சி... அப்படித்தான் என் காலம் ஓடிக்கொண்டிருக்கிறது.

எங்கள் வீடு தாமான் துன் அமினா, ஸ்கூடாயில் உள்ளது. காடர்ந்தப் பகுதியாக இருந்த இடம், காலத்திற்கேற்ப கொஞ்சம்... கொஞ்சமாகப் மாறிக் கொண்டே வந்தது. இந்தத்தாமானில், பள்ளிக்கூடம்,சந்தை, வாகனங்கள் பழுதுப் பார்க்கும் பட்டறை, இன்னும் சினிமா பார்க்கத் திரையரங்குகள் என எல்லா வசதியும் நிறைந்ததுதான் இந்தத் தாமான். இந்த இடம், ஜொகூர் பட்டினத்திலிருந்து இருபத்திரண்டு கில்லோ மீட்டர் தூரத்தில் இருக்கிறது. எல்லாமே காலத்திற்கேற்ப மாறி வந்தாலும், எங்கள் பாலினத்தை மட்டும், எக் காலத்திலியுமே, எல்லோரும் கேவலமாகப் பார்க்கிறார்கள்!.

எனது பெற்றோர் ராமன், சீத்தா தம்பதியருக்கு, நான்குப் பிள்ளைகள். முதல் குழந்தைகள் இருவரும் ஆண் குழந்தை

என்பதால், நான் பெண்ணாகப் பிறக்க வேண்டுமென்று, எனது பெற்றோர் ஆசைப்பட்டார்களாம். ஆனால் நானும் ஆண் குழந்தையாகவே பிறந்தேன். எனக்கு அருமையாக 'ஹேமநாதன்' என்று பெயர் சூட்டினார்கள்.

நான் பெண் குழந்தையைப் போல வளர்க்கப்பட்டேன்!. எதுவரை? ஆம் என் தங்கைப் பிறக்கும் வரை. எனக்கு தலைவாரிப், பூச்சூடி, பொட்டு வைத்து அழகு பார்த்தாள் என் அம்மா. என் அப்பாவும் அப்படித்தான், பெண் குழந்தையைக் கொஞ்சுவதுப் போல் கொஞ்சினார்.

எதுவுமே அறியாப் பருவம் எனக்கு!. அவர்கள் எது எப்படிச் செய்தாலும், அதை ஏற்றுக் கொள்ளவோ, அதை தடுப்பதற்கோ, எனக்கு வயதும் இல்லை, பக்குவமும் இல்லை.

அவர்களுக்கு நான் ஒரு பிள்ளை அவ்வளவுதான். என்னை ஆசை என்னும் ஊஞ்சலிலே ஆட வைத்து, அவர்கள் ஆசையைப் பூர்த்தி செய்துகொண்டு மகிழ்ச்சியாக வாழ்ந்தார்கள்.

நான் ஒரு பெண் குழந்தையாகப் பிறந்திருந்தால்? அந்த அன்பு பன் மடங்காகி இருக்குமோ? மன்னர் குலத்து குழந்தையாகவே என்னைக் கொண்டாடினார்கள்.

அப்படியெல்லாம் கொஞ்சிக் குலாவியவர்கள், எனக்கு ஒரு தங்கை பிறந்தவுடன், என்னிடம் பெண்ணைக் கொஞ்சிக் குலாவுவதுப் போலக் கொஞ்சுவதை நிறுத்திக்கொண்டனர்.

அத்தனை அன்பும் தடையேதுமில்லாமல் தங்கையைப் போய்ச் சேர்ந்தது.

எனக்கு பதினோரு வயது ஆனப்போது, எனக்குள் நிறைய மாற்றங்களைக் கண்டேன்.

பட்டாம் பூச்சி ஊர்வதைப் போல் உணர்வுகளைக் கண்டேன்... ஆஹா அதில்தான் என்ன சுகம்... "எத்தனை சுகம்!?

எனக்கு மட்டுமா இந்த உணர்வு? இல்லை எல்லா பாலினத்திருக்கும் இருக்குமா? என் மனம் அப்பொழுதே சிந்திக்க ஆரம்பித்தது.

எனக்கு தலை வாரி 'பூச்சூட' ஆசையாக இருந்தது. காலில் கொலுசு அணிந்து கொள்வேன். எனது தங்கைக்கு வாங்கும் உடைகள் அவளுக்கு பெரியதாக இருந்தால், அதை நான் போட்டு அழகுப் பார்ப்பேன். கண்ணாடியின் முன் நின்று பொட்டு வைத்து அழகு பார்ப்பேன். எனது ஆசைகள் நாளுக்கு நாள் வளர்ந்தது.

"இவனை இப்படியே வுட்டுவெச்சி, நீ அழகுப்பார்த்தியினா... பின்னால நவகிரகம் மாதிரி ஆயிடுவான், புள்ள வளர்கிறாளாம் புள்ள!"

கோபத்தோடு என் அம்மாவைக் கடிந்து கொண்டார் என் தந்தை. இதையெல்லாம் நானாகச் செய்கிறேன் என்று அப்பாவின் எண்ணம்!. அப்பொழுது அம்மா பதிலேதும் கூறமாட்டார். அவரைப் பார்த்து புன்முருவலோடு சிரித்துவிட்டுப் போய்விடுவார்.

அம்மா அப்பொழுதே என்னைப் பற்றி புரிந்திருப்பாளோ? என்னவோ? என்னைப் பெற்றத் தாயல்லவா!?

எனக்கு பதினைந்து வயது, என்னை விட நான்கு வயது சிறியவள் என் தங்கை ஜமுனா. அவளுக்கு பதினொரு வயது. வீட்டிற்கு ஒரே பெண் பிள்ளை என்பதால், குடும்பத்திலுள்ள அனைவரிடமும் அளவுக்கு அதிகமான செல்லம். சிட்டுக் குருவியைப் போல் சிறகடித்துப் பறந்து கொண்டிருந்தவள்,

ஒருநாள் வயிற்றைப் பிடித்துக்கொண்டு அலறினாள். அவள் அலறுகிறாள், அம்மாவின் முகத்திலோ புன்னகை மிளிர்ந்தது.

அரும்பாக இருந்தவள் மொட்டாகிப் பூவாய் மலர்ந்தாள். பறந்து திரிந்தவளை ஒரு மூலையில் உட்காரவைத்துவிட்டாள் அம்மா.

ஆமாம் ஜமுனா' வயசுக்கு' வந்துவிட்டாள். முறைப்படி மாமனுக்கு சொல்லியனுப்பி, அவர் வந்ததும்,

“தம்பீ… ஜமுனா ருதுவாகிவிட்டாள்… அதுக்குத்தான் உன்னை நான் வரச் சொன்னேன்!” என்று வெட்கப்பட்டுக் கொண்டே மகிழ்சியாகச் சொன்னாள் அம்மா.

“அதுக்கு நான் என்னக்கா செய்யணும்?”

மாமனும் சிரித்துக்கொண்டே கேட்டார்.

“என்னடா இப்படி கேட்கிறே? அக்கா பொண்ணு வயசுக்கு வந்துட்டா… நீதானே, சாங்கியம், சம்பரதாயம் எல்லாம் முறைப்படிச் செய்யனும், போயி தோட்டத்திலிருக்கிற தென்னை மரத்திலிருந்து பச்சை மட்டையை வெட்டிக்கிட்டு வந்து வீட்டோரத்திலிருக்குற கடைசி அறையில ஒதுக்கு புறமா குடிசையைக் கட்டு, அதுலத்தான் சடங்கு செய்யிரவரைக்கும் பதினஞ்சி நாளைக்கு, யாரு கண்ணும் படாம ஜமுனா இருக்கணும்!”

அன்பு கட்டளையிட்டாள் அம்மா.

அதைக் கேட்ட மாமனும், மகிழ்சியோடு பொம்மைக்கு சாவி கொடுத்ததைப் போல, அம்மாவின் பேச்சுக்கு மறு பேச்சு பேசாமல், பச்சைத் தென்னை மட்டையை வெட்டிக் கொண்டு வந்து, அம்மா காட்டிய கடைசி அறையின் ஓரத்தில் ஜமுனா தங்குவதற்கு பச்சை ஓலையில் குடிசையைக் கட்டினார்.

இதைக் கண்டு எனது உள்ளம் ஏங்கியது, என் ஏக்கத்தை எப்படி வெளிப்படுத்துவது? யாரிடம் வெளிப்படுத்துவது? சொன்னால் என் முகத்திலே காறி உமிழ்வார்களே!? இப்பவும் எனது உணர்வுகளை அடக்கிக் கொண்டேன். ஆனால் மாமனோ காரியக்காரன், அவனுக்கு… இப்போதான் இருபத்திரெண்டு வயசு. அவனுக்கு இன்னும் கல்யாணம் ஆகல! அவன் இன்னும் கடிக்காதக் கனிதான்.

குடிசைக் கட்டும் சாக்கில் அவ்வப்போது, ஜமுனாவைப் பார்த்து கண்ணடிப்பதும் வாய்ப்பு கிடைக்கும் பொழுதெல்லாம் அவளை உரசுவதும் கிண்டல் பண்ணுவதுமாக, இருந்தான். அவன்

அப்படிச் செய்யும் பொழுது எனக்குப் பொறாமையாக இருந்தது. என் மனம் ஏங்கியது. நான் என்ன செய்ய முடியும்?

'பஞ்சு பொதிப் போல நானிருந்தேன், பக்கத்துலத் தீபோல மாமன் இருந்தும் பத்திக்கல!'

அவருடைய நெஞ்சுக்குள்ள நேசம் மட்டுமே இருந்துச்சி! எனது உணர்ச்சிகள் பொங்கி எழுந்தன.

அந்த மாதிரியான சமயத்திலெல்லாம், குளியலறைக்குப் போய், தலைக்கு மேலே இருக்கும் பீலிக் குஞ்சத்தைத் (shower head) திறந்துவிட்டு அந்தத் தண்ணீரில் ஒரு பதினைந்து நிமிஷமாவது நின்று விட்டு வெளியே வருவேன்.

பதினாறவது நாள், அம்மா மாமனைக் கூப்பிட்டு, ஜமுனாவுக்கு முறைப்படிச் சாங்கியம் சம்பரதாயங்களைச் செய்யச் சொன்னார். அவரும் ஜமுனா மீது மஞ்சள் நீரை ஊற்றி கேலியும் கிண்டலும் செய்தார்.

மாமன், ஜமுனாவை அனு அனுவாக ரசித்து அங்கமெல்லாம் அளவெடுத்தார், ஆனால் நானோ யாருக்கும் தெரியாமல் மாமனை ரசித்து அளவெடுத்தேன். மயிலுக்கு, தோகை அழகு போல் மாமனின் மேலழகும் அவனது தேக்குமரக் கட்டழகும் என்னைக் கிரங்க வைத்தது.

என்னைக் கேலியும் கிண்டலும் பண்ணமாட்டாரா மாமன்!.. மடி மீது தலை வைத்து விடியும் வரை கதைப் பேச மாட்டோமா?

என எனது உள்ளம் ஏங்கியது! இருந்தும் பனித்துளிகளாக எனது ஆசைகளை அழித்துவிடுவேன்! என் பிறப்பு அப்படி. முடவன் கொம்புத் தேனுக்கு ஆசைப்பட்டக் கதைதான்.

'ஜமுனாவுக்கு... மஞ்சள் பூசி... பூ முடித்து,,, பொட்டு வைத்து... மாமன் வாங்கி வந்த சேலையைக் கட்டிச், சாங்கியம், சம்பிரதாயம் செய்து, மாமன் கையைப் பிடித்துக்கொண்டு அந்த மனையைச் சுற்றி வந்தது போல்... நானும் வரமாட்டேனா?

அந்தச் சாங்கியச் சம்பிரதாயமெல்லாம் எனக்கும் செய்யமாட்டார்களா? என்று பல நாள் ஏங்கியிருக்கேன், அந்த ஏக்கங்களை என்னுள்ளே அடங்கு... அடங்கு, எனச் சொல்லி அடக்கிக் கொள்வேன்.

ஜமுனாவின்... உடலுக்குள் எத்தனையோ மாற்றங்கள்!' உடலின் பாகங்கள்... மெல்ல... மெல்ல வளரத் தொடங்கின!. சமமாக... இருந்த அவளது உடலில், இறைவனின் படைப்பால் தேவையான இடத்தில் மேடுகளாகவும், தேவையில்லாத இடத்தில் பள்ளமாகவும் வடிவம் பெற்றது!.

அவள் கவர்ச்சிக் கன்னியானாள்!. அவளின் உடலமைபிற்கு ஏற்றால் போல் அளவெடுத்துத் துணித் தைத்துக் கொடுத்தாள் அம்மா.

அவளை விட நான்கு வயது பெரியவன்(ள்) நான்? விதித்தான் என்னை ஆட்டுவிக்கிறது என நம்பினேன். அதன் படி பார்த்தால் துன்பப்படுபவனு(ளு)ம் நான்தான்.

என்னுள்ளும் மாற்றங்கள் கண்டன. தளதளன்னுத் ததும்பி நிற்கும் பருவம்.

இளமையின் வடிவமாக அரும்பு மீசைத் துள்ளி வருகிறது. அதை நான் வெறுக்கிறேன். தங்கையின் முகத்தில் உள்ளது போல் என் முகத்திலும் முகப்பருக்கள். அதையாருக்கும் தெரியாமல், மெதுவாகத் தடவிக் கொண்டு மகிழ்ச்சி அடைகிறேன்.

தங்கையின் குரல் லதாமங்கேஸ்கரைப் போல, இனிமையாகவும், மென்மையாகவும் இருக்கு. அந்தக் குரலைக் கேட்டால் எனக்கே பொறாமையாக இருக்கும். எனது குரலில்... முரடுப் பாய்ந்த கற... கறப்பு. மென்மையாக்க முயற்சிக்கிறேன் முடியவில்லை.

ஊமைப் பெண்ணைப் போல கனவுதான் காண முடிந்தது. உடலால் ஆணாக... தசைகளில் வலிமை நிறைந்து நின்றேன்;

அதை நான் வெறுத்தேன்! பாறையிலே படர்ந்த பாசியாகிப் போனேன்!. பவள மல்லியாக முடியுமா?

ஆனால் மனதளவில் பெண்ணாக நின்றேன். எனக்கும்... தங்கையைப் போல் உடுத்திக் கொள்ள ஆசை.

யாரும் இல்லாத நேரத்தில், அவளின் பிரா உட்பட பாவாடைத் தாவணியை உடுத்திப் பார்த்தேன்! முகத்துக்கு மஞ்சளைப் பூசிக்கொண்டேன்! கைகளுக்கு வளையல், காலுக்குக் கொலுசு போட்டுப் பார்ப்பேன்! அட... டா... இவையெல்லாம் எவ்வளவு சுகமான அனுபவம்!.

ஆனால் இவையெல்லாம்... யாரும் தெரிந்து கொள்ளும்படி என்னால் போட்டுக் கொள்ள முடியவில்லை. ஏன்னா நான் அவனாகவும் இல்லை... அவளாகவும் இல்லை!

அத்தியாயம் 2

வயலுக்கு ஒரு வரப்பு வேணும், வாழ்கைக்கு ஒரு துணை வேணும்! ஆனால் என்னைப் போல் உள்ளவர்களின் வாழ்க்கை ஒரு கேள்விக் குறி? என் மனம் ஏங்கியது.

பருவ வயதுப் பையன்களைப் பார்த்தால் என்னுள் ஷாக் அடிப்பதுப் போலிருக்கும்.

உடலுக்குள் ஏதோ ஒரு உணர்ச்சி மின்சாரம் போல் அடி வயிறுவரை ஊடுருவிச் செல்லும்.

இளம் வயது தளிர் உடல் வசீகரமுகம் குளிர்தென்றல் என் உடலைத் தழுவியச் சிலிர்ப்போடு அலைபாயும். அந்த என் உணர்வுகளைக் வெளிகாட்டமுடியாமல் சிரமப்பட்டு கட்டுப்படுத்திக்கொள்வேன்.

ஜமுனாவுக்குச் சடங்குச் சம்பரதாயம் செய்ததுபோல் எனக்கும் செய்ய மாட்டார்களா? என்று இன்னமும் ஏங்குகிறேன்!.

அப்பொழுது நான் ஆண்களுக்கான உயர் நிலைப்பள்ளியில் உயர் நிலை ஐந்தில் படித்துக்கொண்டிருந்தேன். பருவ வயது என்பதால் என்னிடம், பெண்மை மெருகேறி இருந்தது! பெண்மையை என்னால் மறைக்க முடியவில்லை!.

நானும் மனத்துக்குள் வயசுக்கு வந்து ஆளாகி நின்றேன்.

மாணவர்களின் சில்மிஷத்திற்கு ஆளானேன்! அவர்கள், என்னை அங்கத் தொட்டு... இங்கத் தொட்டு, இடுப்பைக் கிள்ளி... கேலி பேசி கிண்டலடித்தார்கள். நான் அவர்களைக் கள்ளத்தனமாக ரசிச்சேன்!"

இருந்தும் கழிவறைக்குப் போவதற்கு எனக்குப் பெரும் பிரச்சினையாக இருந்தது, பெண்கள் கழிவறைக்குப் போவதா? ஆண்கள் கழிவறைக்குப் போவதா? தடுமாறிப் போவேன்.

மாணவர்கள் அனைவரும் வகுப்புக்குப் போனபிறகு, யாரும் இல்லாத சமயம் பார்த்து வெட்கப்பட்டுக்கொண்டே அவசர அவசரமாக ஆண்கள் கழிவறைக்குப் போவேன்!.

அப்படி ஒரு நாள் கழிவறைக்குள் புகுந்து பயன்படுத்திக்கொண்டிருக்கும் பொழுது, கூடப் படிக்கும் சதீஸ் என்ற பையன், பக்கத்துக் கழிவறை மேலிருந்து கைத் தொலை பேசி கேமரா வழியாக என்னைப் படம் பிடித்துவிட்டான்!.

போட்டோ எடுத்து முடித்தவுடன், அவன் வெளியேறும் போதுதான், தெரிந்தது!.

அவனிடம் எவ்வளவோ கெஞ்சினேன், அந்தப் படத்தை அழித்துவிடு என்று மன்றாடினேன்

அவனும் சரி நான் குறிப்பிடுகிற இடத்துக்கு வந்து, என்னோடு உறவுகொண்டு என்னை மகிழ்ச்சிப்படுத்து, இந்த உறவுகொள்ளும் விஷயத்தையும் யாரிடமும் சொல்லமாட்டேன், நான் எடுத்த அந்தப் போட்டோக்களையும் அழித்துவிடுறேன் என்றான்.

எனக்கும் வேற வழி தெரியல, நான் ஆடையில்லாமல் இருக்கும் படங்கள் அவனிடம் சிக்கிக்கொண்டன.

அவன் சொல்வது போல் அவனோடு உறவுகொண்டால், படத்தையெல்லாம் அழித்துவிடுவான் என்று நம்பி, என் மனத்தைக் கல்லாக்கிக்கொண்டு, அவனோடு உறவு கொண்டேன்.

முதல் அனுபவம் வெட்கம் என்னைப் பிடுங்கித் தின்றது. வேதனை என்னை அலைக்கழித்தது.

படத்தையெல்லாம் அழித்துவிடுகிறேன் என்று சொன்ன அந்த நாதாரியும் சரி சரி என்று சொல்லிவிட்டு அதை இணையத்தளத்திலும் போட்டுவிட்டான்! கேலிக்கூத்தானேன்.

அதோடா விட்டானா, இல்லை வெளியே சொல்ல வெட்கமாக இருக்குது.

நானும் சரி, என்னைப் போல உள்ளவர்களும் சரி எப்படியெல்லாம், அவமானப்படுகிறோம்? எப்படியெல்லாம் கேவலப்படுத்தப்படுகிறோம்? எப்படியெல்லாம் வேதனைப்படுகிறோம்? நெருப்பின் மேல் நடப்பது போல் எங்களின் நிலமை.

இயற்கையின் உபாதைகளைக்கூட ஒழுங்காகச் செய்ய முடியவில்லை!.

எங்களின் துன்பத்திற்கு அளவே இல்லை. என்னைப் போல்உள்ளவர்கள், அழுதாலும் கேட்பதற்கு ஆட்களும் இல்லை, ஆறுதல் சொல்ல யாருமே இல்லை என்றாகிப் போனது.

தாயின் மடியும் நிலைத்திடவில்லை! அப்படியே அம்மா என் மீது பரிவு காட்டினால், அதனால் அப்பாவிடம் அவர் வாங்காதப் பேச்சே இல்லை!.

அம்மாவுக்குத் தினம் தினம் போராட்டம் .தந்தையின் நிழலும், எனக்குத் தீயைப் போல் சுட்டெரித்தது.

என்னுடன் படிக்கும் சக மாணவர்களின் சில்மிசங்கள், கட்டுக் கடங்காமல் போனது. ஒருவன் மட்டும்தான் என்னைக் கேலிப்பண்ணுவான் என்பதில்லை! அந்தச் சமயத்தில் ஐந்து அல்லது ஆறு பேர் சேர்ந்துகொள்வார்கள்.

சில சமயங்களில் என்னுடைய ஆடையெல்லாம் பாம்பு தோலுரிப்பது போல், கழற்றித் தூர எரிந்துவிட்டுத் தொடக் கூடாத இடத்திலெல்லாம் தொட்டு விளையாடுவார்கள்.

எனக்கு அருவருப்போடு, அழுகையும் வந்துவிடும். என்னை ஒம்போதுன்னுச் சொல்லி அவமானப்படுத்தும் போது, நான் வேதனையால் கூனிக் குறுகித்தான் போனேன்.

மெதுவாக அவர்கள் என்னைக் கண்டு அவமானப்படும் வகையில், என்னைத் தயார்ப்படுத்திக்கொண்டேன். ஆம் படிப்பு, நடனம் பாட்டு இசை எல்லாவற்றிலும் கொடி கட்டிப் பறந்தேன்.

காலப் போக்கில் மாணவர்கள் யாரும் என்பக்கம் திரும்பவே இல்லை!. எனக்கு நண்பர்கள் எனச் சொல்ல யாருமே இல்லை.

எனது உணர்வுகள், ஆசைகள், ஏக்கங்கள் எதையுமே யாரிடமும் சொல்ல முடியவில்லை. எனது உடலும், உள்ளமும் ஏங்கியது. நான் மனத்தளவில்... பெண் என்பதைச் சிறுவயதிலேயே உணர்ந்துவிட்டேன்.

ஆனால், வீட்டில் என்னையாருமே புரிந்துகொள்ளவில்லை. புரிந்துகொள்ளவும்மாட்டேங்கிறாங்க! அம்மாவைத் தவிர.

நான் ஏங்கித் தவித்தேன். அதையெல்லாம் ஒருவர் சொல்லிப் புரிந்துகொள்ள முடியாது!.

என்னைப் போல் ஒருவருக்கே அதை எளிதாகப் புரிந்துகொள்ளவும், என் வேதனைகளைத் தெரிந்து கொள்ளவும் முடியும்!

இது ஒரு பக்கமிருக்க, நான் வீட்டை விட்டு வெளியே போனால் பார்ப்பவர்கள்!

"வருது வருது அட அது அந்த மாதிரி ஆளுப்பா! நல்லா ஜம்முனுத்தான் இருக்கான்(ள்)!!! ஒரு நாளைக்கு அனுபவிச்சிட்டாப் போவுது!" என்று கிண்டலடித்தது இளவட்டங்களும், சமுதாயமும்.

இந்தப் பேச்சையெல்லாம் கேட்கும் பொழுது நொய்ந்து நொறுங்கிப் போயிடுவேன். வெளியில்தான் அப்படி என்றால், வீட்டிலும் எனக்கு வேற மாதிரியான தொல்லைகள். என் அண்ணன்கள் இருவரும், "உனக்கு வெளியிலே என்ன வேலை கொட்டிக் கிடக்குது? நீ இனிமேல வீட்டை விட்டு வெளியே போவாதே உன் தம்பி என்னா ஒம்போதா? பொம்பளப்புள்ளை மாதிரி பிகுப்பண்றான், அப்படீன்னு கேட்கிறாங்க ரொம்ப அவமானமாயிருக்கு, வெளியிலே தலை காட்ட முடியல!"

எனக் கூறி ரத்தம் சொட்ட சொட்ட அடித்தனர். அப்பாவும், அதில் சேர்ந்துகொண்டார். அம்மாவும் என்னை விட்டு வைக்கவில்லை.அம்மாவும்

“ஆமாம் வெளியே போவாதேனுச் சொன்னாக் கேட்டாத்தானே! பார்க்கிறப் பொம்பளையெல்லாம் கேட்கிறாளுவ உம் மவன் என்ன இப்படி? எனக் கேவலமாப் பேசராங்க. எனக்கு வெட்கமா இருக்கு! தெருவுல நடக்க முடியலப் போ. அவுங்க கேட்கிற கேள்வி இருக்கே சொல்லவே அசிங்கமா இருக்கு, இதை ஏன் பெத்தேனு இருக்கு?!”

அம்மா பங்குக்குச் சொல்லி விட்டு வெடுக்கென்று அறைக்குள் போய் விட்டார். காக்கைக்கும் தன் குஞ்சு பொன் குஞ்சு என்பார்கள் ஆனால், என் பிறப்பை எண்ணி என்னைப் பெற்றவளும் வெட்கப்பட்டாள் வேதனைபட்டாள் நான் இப்படிப் பிறந்ததற்கு யாரைக் குற்றம் சொல்லி யாரிடம் முறையிடுவது?

அறையினுள் போன அம்மாவைப் பார்க்கப் போனேன், அங்கே அம்மா அவரின் அடி வயிற்றைப் பிடித்துக் கொண்டு அழுது கொண்டிருந்தார். அதைக் கண்டு நான் பதறித்தான் போனேன்.

“என்னம்மா? ஏன் இப்படி இங்க ஒக்கார்ந்துகிட்டு அழுவுற?”

என் நெஞ்சம் படபடக்கக் கேட்டேன்.

அம்மாவும், “என்னை மன்னிச்சுடு ஹேமநாதா! உன்னை இந்த மாதிரிப் பெத்துப் போட்டதுக்கு நான் என்ன பாவம் பண்ணினேனோ தெரியல, எல்லாரும் உன்னைக் கேவலமாப் பேசும் பொழுது, ஒரு தாயா இருந்து அதைத் தட்டிக் கேட்க முடியில! அவுங்க கூடச் சேர்ந்து நானும் உன்னைத் திட்டறது, என்னாலத் தாங்க முடியல! என் கண்கள் உறங்காமல் எத்தனை நாள் தவிச்சிருக்கேன் தெரியுமா?”

இப்படிச் சொல்லிவிட்டு அம்மா என்னைக் கட்டிப் பிடித்துக் கதறி அழுதார். அம்மா ஒருவராவது என்னைப் புரிந்துவைத்திருப்பது, எனக்கு மகிழ்சியை கொடுத்தாலும், கழுத்தில் தொங்கியத் தாலிக்கும் நெற்றியிலே வைத்திருக்கும் குங்குமத்திற்கும், அடிமையாக வாழ்கிறாரே என்று எண்ணும் பொழுது, ஒரு பக்கம் வருத்தமாகவும், மறு பக்கம் பெருமையாகவும் இருந்தது.

எனது பெற்றோர் தாங்கள் பெற்றப் பிள்ளைகள் விஷயத்தில்... கண்ணும் கருத்துமாக இருந்து பேணிக்காத்தார்கள்! அவர்கள் சொல்வதற்கெல்லாம்... தலை சாய்த்து அவர்களோடு ஒன்றிணைந்து போனார்கள்!'

ஆனால், என்னை மட்டும் வேறு விதமாகப் பார்த்தார்கள்... நானும் அவர்கள் பெற்ற பிள்ளைத்தானே? அம்மாவைத் தவிர.

(ஒரு வேளை நான் கருவில் இருக்கும் போது, அவர்கள் பெண் குழந்தைதான் பிறக்க வேண்டும் என எண்ணியதலோ என்னவோ, என் பிறப்பு இப்படி ஆகி இருக்குமோ?)

இப்படித்தான் எண்ணி நானே என்னைச் சமாதானப் படுத்தினேன்!'

முன்பெல்லாம் காலையில் எழுந்து, வீட்டைச் சுத்தப்படுத்திக் கோலம் போடுவேன், சமையலறையில் அம்மாவுக்கு உதவியா எல்லா வேலையும் செய்வேன். அப்பவெல்லாம் அம்மா என்னை ரொம்பவுமே பாராட்டுவார்.

"புள்ளனா இப்படில்ல இருக்கனும், இவந்தான் எம்புள்ள!"

எனப் பெருமையாய்ப் பேசிக்கொண்டிருந்த அம்மா...! இப்பவெல்லாம் நான் சமையலறைப் பக்கம் எட்டிப் பார்த்தாலே, வெளக்குமாத்தைத் தூக்கிக் கொண்டு விரட்டுகிறார். அம்மா அப்படி நடித்தார் என்றுதான் சொல்ல வேண்டும். வீட்டில் மற்றவர்கள் எல்லோருமே என்னைக் கண்டாலே எரிந்து விழுந்தார்கள்.

வீட்டிலுள்ளவர்களிடம் அடியும், உதையும், வாங்கியதுத்தான் மிஞ்சியது. என் உடம்பெங்கிலும் பட்டைப்... பட்டையாக ரணத் தழும்புகள். இத்தனைக்கும் பிறந்த வீடுதான்.

பிறந்த வீட்டிலேயே இப்படி என்றால் வெளியுலகத்தில் எப்படி இருக்கும்? என் நெஞ்சில் இரத்தம் வடிந்தது!.

இந்தக் கொடுமைகளைத் தாங்க முடியாமல் தற்கொலை செய்துகொள்ளலாம் என நினைத்து, சுற்றும்... முற்றும் நோட்டமிட்டேன்!

வெளக்குமாறு பரக்பரக்குன்னு தேயும் சத்தம் கேட்டது! அந்தச் சத்தத்திலிருந்து அம்மா வெளி வாசலைக் கூட்டிப் பெருக்குகிறாள் என்பது தெரிந்தது. ஜன்னலிலிருந்து எனது பார்வையை வெளியே ஓடவிட்டேன். எனது இரண்டு அண்ணன்மார்களும் வீட்டுக்கு வெளியே வலை கட்டி, பறக்கும் பந்து பறக்கும்... எனப் பாடிக் கொண்டே பூப் பந்து விளையாடிக்கொண்டிருந்தார்கள்.

அவர்கள் ஆடியதுத்தான் பூப் பந்து. அவர்கள் கண்கள் வலை வீசியதோ... பக்கத்து வீட்டுச் செண்பகவள்ளிக்கு.

அந்தச் சிறிக்கியைப் பார்ப்பதற்காகவே நாலு மணியாயிட்டா ஆரம்பிச்சிடுவானுக பூப் பந்தாட்டத்தை.

அந்தச் செண்பகவள்ளியும் பேருக்கேத்தாப்பல மெய்சிலிர்க்க, முகம் சிவக்க மூக்கும், முழியுமா இருப்பா! அவள் மூச்சு விடும்பொழுது அவளது மார்பு விம்மி விம்மி எழும்போது அடடா கோபுரக் கலசத்தைப் போல்...அதன் அழகே தனிதான். அவள் மார்பின் அழகை வச்சே அண்ணனுங்க மயங்கிட்டானுங்க போல.

இறைவன் அவளுக்குக் கொடுத்த அழகே அதிகம்! அது பத்தாதுன்னு முகத்துக்கு மஞ்சள் பூசிக் கண்ணுக்கு மைத்தீட்டி... உதட்டுக்கு உதட்டுச் சாயம்போட்டு அவளை நல்லா அலங்கரிச்சிக்கிட்டு அவனுங்க பார்க்கனுங்கிறதுக்காக கரைக்டா... வந்து போஸ் கொடுப்பா...

அவனுங்க கைகளோ பந்து விளையாடும், கண்களோ அவள் கண்ணோடுக் கவிப்பாடும். காதல் போதை ஊட்டும் பாவை அவள்!

இது எதுலப் போயி முடியுமுனுத் தெரியல? ஏன்னா?' என் அண்ணன்கள் ரெண்டுப் பேருக்குமே அவ மேல ஒரு கிக்கு! அவனுங்க அவளைப் பார்த்துட்டானுவனா... இந்த உலகத்தையே மறந்திடுவானுக!

இந்தச் சூழ்நிலையிலே அண்ணனுங்க என்னைக் கவனிக்கமாட்டாங்கனு எனக்குத் தெரிஞ்சது.

தங்கை ஜமுனாவை நோட்டமிட்டேன்... அவள் எப்போதுமே என் மீது சிரத்தை எடுத்துக் கவனிக்கமாட்டாள் என்பது தெரிந்த விஷயமே! அதனால அவளைப் பத்தி எனக்குக் கவலையில்லை! இதுதான் நல்ல சமயம்மென்று விஷப் போத்தலைக் கையில்லெடுத்தேன்! சன்னலுக்கு வெளியே தலையை நீட்டி எட்டிப் பார்த்தேன், மழை வருவதற்கான அறிகுறி; மேக மூட்டங்கள் சுருள்... சுருளாகவும் பந்துப் பந்தாகவும் அழகாக ஒன்றை ஒன்று விரட்டிக்கொண்டு ஓடியது.

மெதுவாக அடி மேல் அடி வைத்து, கட்டிலின் மீது அடுக்கிய தலையணைகளின் மேல் சாய்ந்து, உட்கார்ந்தமாதிரியும் படுத்திருக்கிறமாதிரியுமான ஒரு நிலையில் ஒரு காலைத் தரையில் படும்படி வைத்துக்கொண்டு விஷப் போத்தலைப் பார்த்துக் கொண்டிருந்தேன்!

அந்தச் சமயம் பார்த்து, தங்கை ஜமுனா வந்துவிட்டாள்...

அத்தியாயம் 3

"இங்க என்னா அண்ணே பண்ற? பெரிய அண்ணனுங்க ரெண்டு பேரும், பூப் பந்து விளையாடுறாங்களே... அவங்களோட வெளையாட வேண்டியதுதானே? இப்படி ரூம்புக்குள்ளேயே அடைஞ்சிகெடந்தா எப்படிண்ணே...!?"

என் மீது மிகுந்த அக்கறைகொண்டவளாகப் பாச மழை பொழிந்தாள். அந்த மழையில் நானும் நனைந்தாலும் என் எண்ணங்கள் மட்டும் வேற பக்கமே இருந்தது. அந்த வீட்டில் எல்லோரும் என்னை வெறுத்தாலும் தங்கை ஜமுனாவுக்குமட்டும் என் மீது அலாதிப் பிரியமிருந்தது. அவள் என் மீது பிரியமாக இருப்பதைக் கண்டும் காணாதது போல் இருந்தேன்!

"கொஞ்சம்... வாயை... மூடுறயா?! எனக்குப் புத்திச் சொல்ல வந்துட்டியா? நான் இப்படிப் பேசியதைக் கேட்டு தங்கை ஜமுனா அழுதேவிட்டாள்!

"அண்ணா... நீயா என்னை வாயை மூடச் சொன்னே?" தேம்பினாள் ஜமுனா!

"இல்ல வந்து அண்ணன்களோடபோயி என்னைப் பூப் பந்து ஆடச் சொன்னல்ல... அதாம்மா எனக்குக் கோவம் வந்துடுச்சி கோவிச்சுக்காதே செல்லம் அவனுங்கள அங்கப் போயி பாரேன்... அந்தச் செண்பகவள்ளியை ஜொள்ளுவுடறதுக்கினே அவனுக பூப் பந்தாடுறானுவ... அவளும் வெட்கம் கெட்டுப் போய் அவுனுங்க பார்க்கனுங்கிறதுக்காக அரை குறையா தொறந்துப் போட்டு ஆபாசமா காட்டிக்கிட்டு, உட்கார்ந்துகிட்டு

பல்ல இளிச்சுகிட்டுயிருப்பா! அதாம்மா அண்ணனுக்குக் கோபம் வந்துடிச்சி!”

என்று ஜமுனாவைச் சமாதானப்படுத்தினேன். அதைக் கேட்ட ஜமுனாவும் அந்த இடத்தைவுட்டுப் போய்விட்டாள்!

இதுதான் சமயம் என்று விஷப் போத்தலின் மூடியைத் திறந்தேன்... அந்தச் சமயம் பார்த்து ஆள் நடமாடும் அரவம் கேட்டு மறுபடியும் விஷப் போத்தலை மூடிவைத்து உஷாரானேன்.

அரவம் அடங்கியப் பிறகு மறுபடியும் மூடியைத் திறந்து விஷத்தை பாதியை வாயில் ஊற்றினேன்!

அந்த நேரம் பார்த்து ஜமுனா மறுபடியும் அங்கு வந்துவிட்டாள்! நான் பாதிக் குடித்த விஷப் போத்தலை வெடுக்கென்று என் கையிலிருந்து பிடுங்கியவாறே “அண்ணா என்ன காரியம் பண்றே? உனக்கு அறிவு இருக்கா?” ஜமுனாவுக்கு உடம்பெல்லாம் நடுங்கியது. அழுதுகொண்டே அம்மாவைச் சத்தம் போட்டுக் கத்திக் கூப்பிட்டாள்!

தங்கையின் அலறல் சத்தம் கேட்டு அங்கு வந்த அம்மாவும் விஷயத்தை அறிந்து; குய்யோ... முய்யோனுகத்திக்கிட்டு, உடனே அங்குப் போய்க் கொண்டிருந்த டெக்சியை நிப்பாட்டி... என்னைப் பெரிய மருத்துவமனைக்கு அழைத்துச் சென்றார்.

எங்கள் வீடு, ரோட்டின் ஓரத்தில் இருந்ததால் எளிதாக அம்மா டெக்சியைக் கூப்பிட ஏதுவாக இருந்தது!.

அந்தச் சமயம் பார்த்து, காத்தும் மழையும் பிச்சு உதறியது, உங்க வீட்டு மழையல்ல... எங்க வீட்டு மழையல்ல... காற்றும்... ஊதக் காத்து அல்ல... பேய்க் காத்து! சுனாமியே வந்து விடும் போல இருந்தது.

அந்த மழையையும் பொருட்ப்படுத்தாமல் அந்த டெக்சி டிரைவர் பல சிரமங்களுக்கிடையே... மருத்துவமனையை அடைந்தார். உடனே அங்குள்ள ஊழியர்கள் நான்கு சக்கரமுள்ளத் தள்ளும் படுக்கையில் படுக்கவைத்து, என்ன நடந்தது?

எப்படி நடந்தது? என என் அம்மாவிடம் விசாரித்தவாறே, அவசரப்பிரிவுக்குக் கொண்டு சென்றார்கள்,

அங்குள்ள டாக்டர்கள் எல்லாம் எனக்கு வைத்தியம் பார்த்து, பிழைக்க வைத்தனர். இறைவன் இதிலக் கூட என்னை வெறுத்தான் போலும், இறக்காமல் உயிர் பிழைத்தேன்.

அப்பொழுதுதான் சங்கரின் பாசப் பார்வை என் மீது விழுந்தது. அவன்தான்... என்னை மருத்துவமனைக்கு அழைத்துச் சென்ற டெக்சி டிரைவர். என்னை அடிக்கடி வார்டில் இருக்கும் பொழுது வந்து பார்த்துப் போனான். என்னைப் பார்க்க வரும் பொழுதெல்லாம் சாப்பிட ஏதே தோ வாங்கி வந்து கொடுத்து தேவதையே கண்திறந்துப் பாரேன். என்று சொல்லாமல் சொல்லி, என் உள்ளத்தில் இடம் பிடித்தான்.

“ஹேமநாதா” அவன்தான் என்னைப் பெயர் சொல்லி அழைத்தான். அவன் அப்படி என்னைப் பெயர் சொல்லி அழைத்ததும் நாணத்தோடு அவனைத் தலை நிமிர்ந்துப் பார்த்தேன்.

அப்பொழுது என் பக்கத்தில் யாரும் இருக்கிறார்களா? என்று நாலாபக்கமும் நோட்டமிட்டான். யாரும் இல்லை என்பதை தெரிந்துகொண்டவன் தைரியமாக அவனதுப் பேச்சை ஆரம்பித்தான்.

“எனக்கு வயசு இருபத்திஎட்டு ஆவுது... ஹி...ஹி...!”

என்று சொன்னவன், என்னைப் இப்பத்தான் குடிசையிலிருந்து வந்த பெண்ணைப் போல் அங்குல... அங்குலமாக அளவெடுத்துப் பார்த்து ஜொள்ளுவிட்டவன் இன்னும் நெருக்கமாகப் பக்கத்தில் வந்து அமர்ந்தவாறு அவனதுப் பேச்சைத் தொடர்ந்தான்.

“இன்னும் எனக்குக் கல்யாணம் ஆவுல... நான் தனியாத்தான் இருக்கேன்... அதனால சாப்பாடுகூட எப்பவுமே கடையிலத்தான், வேற வழி... என்னப் பண்ண முடியும்?”

என்று அவனே என்னிடம், அவனைப் பற்றிய விவரங்களைச் சொல்லி அறிமுகப்படுத்திக்கொண்டான். அவனின் தோற்றமும், அன்பான பேச்சும் எனக்கு பிடித்திருந்தது.

அவனது பார்வையிலே ஏதோ காந்த சக்தி இருப்பதைப் போல் உணர்ந்தேன்.

அவன் பரிசம் பட்டு மனம் லேசாகிறது. சங்கர் காட்டிய அன்பில் என்னையே நான் மறந்தேன். சங்கரின் பேச்சில் மதி மயங்கினேன். எனது உடம்பில் மின்சாரம் பாய்வதைப் போல் ஓர் உணர்வு; அந்த உணர்வில் நான் என்றுமே! யாரிடமும் கண்டிராத இன்பத்தைக் கண்டேன்.

இந்த இன்ப உணர்வு என்றுமே எப்பவுமே விலகாத வரம் வேண்டுமென்று எண்ணினேன்; அப்படியொரு கிளுகிளுப்பான உணர்வு, அந்த உணர்வு என் உடலெங்கும், மின்சாரம் போல் பாய்ந்து சொல்லில் அடங்கா கிளுகிளுப்பான சந்தோஷத்தை உண்டு பண்ணியது, அவனது பால் போல் தெளிந்த முகம் கண்டு என் மனம் ஆசையிலே துள்ளியது.

நான் விஷம் குடித்ததால், வயிறுப் புண்ணாகிப் போனது, அதனால் புண் ஆறும்வரை டாக்டர் என்னை மருத்துவமனையிலேயே இருக்கச் சொல்லிவிட்டார்

தினம்... தினம் சங்கரன் என்னைப் பார்க்க வந்தான். அவன் வரவில்லை என்றால் என் மனம்... அவன் வரமாட்டானா...? என்று அலை மோதியது. அவன் வந்து விட்டால் வெட்கம் என்னைக் கவ்விக் கொள்ளும்.

அவன் என்னிடம் காட்டிய அன்பு அவனை என் மனம் அளவுக்கு அதிகமாக நேசித்தது. என் குடும்பத்தார் என்னை அவமானச் சின்னமாக வெறுத்து ஒதுக்கியதால் இறந்துவிடலாம் என்று நினைத்து விஷம் குடித்தேன், ஆனால் இறப்பும் என்னை ஒதுக்கித் தள்ளியது.

இந்தச் சமயத்தில் சங்கரன் காட்டிய அன்பு பெரியதாகப்பட்டது. அவனும் அளவுக்கு அதிகமாகவே அன்பு காட்டினான். இவ்வாறு படுக்கையில் படுத்தவாறு என் எண்ணங்களைப் பறக்கவிட்டுக்கொண்டிருந்த என்னை, மருத்துவரின் குரல் திசைத் திருப்பியது.

“சரி ஹேமநாதன் உங்க உடம்பு குணமாயிட்டு... நீங்க இப்ப வீட்டுக்குப் போலாம் இந்தப் பில்லைக் கட்டிட்டு, மருந்தகத்திலப் போயி இந்த மருந்தை எடுத்துகிட்டுப் போங்க, ஹீம் சொல்ல மறந்துட்டேன்... மருந்தை வேளா வேளைக்கு மறக்காமச் சாப்பிடுங்க... என்னப் புரியுதா? மருந்தை முறையாச் சாப்பிடலனா... வயித்தில்ல ஏற்பட்டிருக்கிற புண்ணு சாமான்யமா ஆறாது! இந்த வயசுல இந்த மாதிரி தற்கொலை முயற்சியெல்லாம் தேவைதானா? இனிமேலயாவது... இந்த மாதரியெல்லாம் பண்ணாம புத்தியாப் பொழைக்கிற வழியைப் பாருங்க. யாருக்குத்தான் இல்ல கஷ்டம்? இவ்வளவுதான் சொல்ல முடியும்!”

வெளிறிய முகத்திலே வேதனைக் கலந்த குரலோடு அனுதாபத்தோடு வழியனுப்பிவைத்தார் டாக்டர்.

கலங்கிய விழிகளிலிருந்து கண்ணீர் வடியும் முகத்தோடு மருத்துவமனையை விட்டு, வெளியே வந்த நான் எங்கே போவது? அம்மாவாவது வரமாட்டாரா? என்று யோசனைப் பண்ணியவாறு அங்கு முன்புறம் போடப்பட்டிருந்த நாற்காலியில் அமர்ந்தேன்.

எவ்வளவு நேரம் அப்படி இருந்தேனோ எனக்கே தெரியவில்லை? மேலே மாட்டியிருந்த காத்தாடியின் குளுகுளுக் காத்திலே என்னையும் மறந்து அப்படியே கண்ணயர்ந்து போனேன்.

தூங்கிக் கொண்டிருந்த என்னை! தோளின் மீது கையை வைத்து ஒருவர் எழுப்பினார். அவர் வேறு யாருமில்லை சங்கரன்தான்.

“என்ன ஹேமநாதா பேரு வெட்டிட்டாங்களா?”

கேட்டுக்கொண்டே என்னை நெருங்கினான்!.

"ஆமாம்... என்னை வீட்டுக்கு போவச் சொல்லிட்டாங்க... அதான் எங்க வூட்டுலயிருந்து யாராவது வருவாங்களானு இங்க ஒட்கார்ந்து இருக்கேன்!"

மன விரக்தியோடு சொன்னேன்; என் விழியின் ஓரத்தில் கண்ணீர் வெளியே வர வெட்கப்பட்டுக் கொண்டு ஒளிந்துகொண்டிருந்தது,

"இதுக்கு மேலயாவது இந்த மாதிரி தற்கொலை... முயற்சியெல்லாம் பண்ணாம புத்தியாப் பொழச்சிக்க அதனால யாருக்குக் கஷ்டம்? உனக்குத்தானே என்ன நான் சொல்றது?"

அவன் அப்படிப் பேசியது, வாடிப் போயிருந்த செடிக்கு நீர் ஊற்றி புத்துயிர் கொடுப்பது போல் இருந்தது.

அவன் மேல் எனது அன்பு மேலும் ஆழமானது

என் குடும்பத்தினரால் புறக்கணிக்கப்பட்டு, நான் அன்புக்காக ஏங்கும் பொழுது, நிரந்தரமற்ற, பொழுது போக்குக்காகக் காதலிக்கும் காதலனிடம், கடைந்தெடுத்த அயோக்கியனிடம் சிக்கிக் கொண்டேன் என்பது எனக்கு அப்போது தெரியவில்லை.

"நான் சொல்கிறபடி செய், போதும்... நீ எங்கூட வா... நான் உன்னை எப்படியும் காப்பாத்துவேன்... என்னை நம்பு இது சத்தியம்!"

அப்படிச் சொன்ன சங்கரனின் வார்த்தை, கனியில் ஊறிடும் சுவையைப் போல, எனக்கு ஆறுதலாக இருந்தது அப்போது அவனது கைகள் என் கழுத்தில் மாலையானது.

அந்த நெருக்கடியான சூழ்நிலையில் யாரையாவது நம்பித்தான் ஆகவேண்டும்... அப்படி இருக்கையில் சங்கரனை நம்பத்தான் செய்தேன். சங்கரனை நான் இந்த ஆஸ்பத்திரிக்கு வந்த பத்து நாளாத்தான் தெரியும்.

“யார் என்னக் கேட்டாலும் பதிலேதும் பேசாதே... வாய மூடி கிட்டு எங்கூட வா!”

என்று சொல்லியவாறே என் மேனியை மெல்ல இடித்தான்; அவனைப் பின் தொடர்ந்து போனேன்! அவனது உரசல் என்னை மெய் மறக்க வைத்தது.

‘அவன் பாசீர் கூடாங்கிலிருக்கும் அவனது வீட்டிற்கு என்னை அழைத்துச் சென்றான். அவனது வீட்டைச் சுற்றிலும், முட்கள் நிறைந்த சிகப்பு ரோஜா செடிகள். அதிலே மலர்கள் பூத்துக் குலுங்கின.

இந்த ரோஜா செடியையே, இப்படி பாங்குப் பார்த்து வச்சிருக்கும் போது, என்னையும் பூப் போல பார்த்துக் கொள்வான் என்ற நம்பிக்கை வந்தது. அவனது முகத்தை நன்றியுடன் பார்த்தேன்.

“இந்த உதவியை நான் என்றுமே மறக்கமாட்டேன்”

என்று அவனது கைகளைப் பிடித்துக்கொண்டு உணர்ச்சிப் பொங்கச் சொன்னேன்.

“அதெல்லாம் எதுக்கு? இப்ப நான் என்னத்தப் பெரிசா பண்ணிட்டேன்!?”

அப்படிச் சொல்லி மேலும் அவனது அன்பை வலுப்படுத்தினான். அவனோடு திருமணம் ஆகாமலயே... கணவன், மனைவியாக உல்லாசமாக வாழ்ந்தேன் . அவன் என்னை ஹோட்டலில் நடனமாடச் சொன்னான். ஆரம்பக் காலத்தில் ஏதோ சந்தோஷத்திற்காக ஆடச் சொல்கிறான் என நினைத்து நானும் ஆடினேன்.

மருந்தும்... விருந்தும் மூனு மாசம்தான் என்பது போல, காலப் போக்கில் அவனதுச் சுயரூபம் தெரிந்தது.

அவன் என்னை ஆட வைத்து பணம் சம்பாதிக்கிறான் என்று தெரிந்தும் வேதனையாக இருந்தது; இருந்தும் பொறுமையாக இருந்தேன்.

எனக்குக் குழந்தை என்றால் கொள்ளை ஆசை. என்னால் குழந்தை பெற்றுக் கொள்ளமுடியாது.

“சங்கர்... நம்ப... ஒரு குழந்தையைத் தத்துதெடுத்து வளர்க்கலாங்க!”

என்று என் விருப்பத்தைக் கூறினேன். குழந்தையைத் தத்தெடுத்தால், எங்கே எனது நேரம் முழுவதும் அந்தக் குழந்தையைப் பராமரிப்பதிலேயே போய்விடும் என்று நினைத்தவன்,

“ஆமாம்... அதான் இப்ப ரொம்ப முக்கியம்... எத்தனையோ பேரு குழந்தையைப் பெத்துபுட்டு அதை வளர்க்க முடியாம குழியிலும்... குப்பத் தொட்டியிலும் போடுறாங்க ஏன் உன்னையே எடுத்துக்கயேன் நீ அவனாவும் இல்லாம... அவளாவும் இல்லாததாலத்தானே பத்து மாசம் வவுத்துல சுமந்து பெத்த உந்தாயி உன்னைப் பார்க்கவே வெட்கமா இருக்குனு உன்ன வெரட்டிவுடலையா? இந்த லட்சணத்துல ஒனக்கு ஒரு கொழந்தை வேணுமா? அதெல்லாம் நமக்குச் சரிபட்டு வராது!”

கோபம் கொண்டத் தொணியோடு மறுப்பு தெரிவித்தவன், விறுவிருவென்று போய் மாடிப் படியில் உட்கார்ந்து கன்னத்தில் கையை வைத்துக்கொண்டு எதையோ சிந்தித்துக் கொண்டிருந்தான்.

இவன் என் தாயைப் பற்றிப் பேசியது, எனக்கு ஆத்திரத்தை உண்டுப் பண்ணியது. அவரைப் பத்தி இவனுக்கு என்னா தெரியும்?

நான் இப்படிப் பிறந்து, ஊராரும், உற்றாரும் என்னைக் கேவலப்படுத்திப் பேசும் பொழுது, என் அம்மா எப்படியெல்லாம் வேதனைப்பட்டார் என்பது எனக்குத்தானே தெரியும்!.

இருந்தும் எனது ஆத்திரத்தை மூட்டைக் கட்டி வைத்துவிட்டு, உருகிவிட்ட மெழுகப்போல அவனருகே சென்று;

“இப்ப... நான் என்ன சொல்லிட்டேன்னு... இப்படி யோசனைப் பண்ணறீங்க... நான் ஏதும் தப்பா கேட்டுட்டேனா?”

சோகம் படிந்த முகத்தோடு அவனது அருகில் அமர்ந்து அவனது தலையைக் கோதிவிட்டவாறே கொஞ்சும், கெஞ்சும்... குரலில் கேட்டேன்.

"அதெல்லாம்... ஒன்னுமில்ல... ஒன்றையும்மில்ல... பேசாம வேற வேலை இருந்தா போயிப் பார்க்கிறயா...? வந்துட்டப் பெருசா பேசறதுக்கு... எனக்கு மட்டும் என்னா... புள்ள பாசம் இருக்காதா... என்ன?"

அவனது பேச்சில் கோபம் இருந்தது, அதிலே கனலும் பறந்தது.

"நான்... என்ன உன்ன மாதிரியா...? உன்னாலத்தான் புள்ளையைப் பெத்துக்க முடியாது... நானும் என்னா அப்படியா? நீ ஒரு பொம்பளையா இருந்தாத்தானே? உன்னால பெத்துக்க முடியும்! நீதான்... ('ஒம்போது') அத வேற என்னோட வாயாலச் சொல்லனுமா?"

அவன் அப்படிச் சொன்னதும் என் உடலை முள் கொண்டு தைப்பதுப் போல் வேதனயாக இருந்தது. அவனுக்கு இதயத்தை வைத்த இறைவன், அதில் பாசத்தையும் பரிவையும் வைக்கத் தவறிட்டானே? என எண்ணியவாறு தலையைக் குனிந்து கொண்டேன். பொட்டுப் ,பொட்டென்று என் கண்களில் இருந்து கீழே கண்ணீர் உதிர்ந்தது. மணமற்ற மலராய்ப் பொலிவிழுந்த பொட்டாய் மகிமை இழந்த மஞ்சளாய் வலு விழந்து போனேன்.

உள்ளுக்குள் குமைந்து மறுகும் உள்ளத்தை நான் அப்படியே அவனுக்குக்கூடத் தெரியாமல் மறைத்துக் கொண்டேன்!.

எங்கே நான் ஹோட்டலில் நடனமாடுவதை நிறுத்திவிடுவேனோ? என பயந்தவன்... குழந்தயைத் தத்தெடுத்து வளர்ப்பதற்கு முற்றுப் புள்ளி வைத்தான். குமைந்த நெஞ்சிலே நிறைந்த ஏக்கம்!

அவனது நோக்கம் எல்லாம் நான் பணம் சம்பாதித்துக் கொடுக்க வேண்டும்! இன்னும் என் உடல் நோக அவனை மகிழ்விக்க வேண்டும்.!

எனக்கு அருவருப்பாக இருந்தது. என்னைத் திருமணம் செய்து கொள்ளச் சொன்னேன்!'

"உன்னையக் கல்யாணம் பண்ணிக் கொள்வதா? நீ ஒரு பொம்பள? நான் உன்னையக் கல்யாணம் கட்டிக்கிடனும்? இதைச் சொல்ல உனக்கு வெட்கமா இல்ல? வீணாஅலையாதே, உனக்கு எத்தனைத் தடவைச் சொன்னாலும் ஒறைக்காதா? உன் உடம்பென்ன தங்கச் சுரங்கமுன்னு நெனைப்பா? ஏதோ உடம்புல தெம்பு இருக்கிறவரைக்கும் இருந்துட்டுப் போ!"

அவன் ரொம்பவுமே கேவலப்படுத்தினான்.

உன்னை எத்தனைத் தடவைப் பார்த்தாலும் சலிக்காது, தேகம் பொன்னென்றும் பாதம் பூ வென்று வர்ணித்தவன் என்னை வெறுத்தான்,

இருந்தும் கொஞ்ச நாளாவே அவனிடம் சில மாற்றங்களைக் கண்டேன். கொஞ்ச நாளாக... எனக்கு நல்ல காலம் இல்லையென்றுதான் தோணுது; விதியை நினைத்து நொந்துகொண்டேன்.

வாய் திறந்து பேசினால்தானோ எனது மனத் தவிப்பை புரிந்துக் கொள்வார்களோ? என்று நினைக்கத் தோன்றினாலும்... அதை அவன் புரிந்து கொள்ளும் நிலையில் இல்லையே!' என் பிறப்பு அப்படி என்று என்னை நானே நொந்து கொண்டேன்.

ஒரு நாள் நானும், அவனும் தெருவோரம் நடந்து சென்றுக் கொண்டிருந்தோம். ஒரு கார் அருகில் வந்து நின்றது.

அத்தியாயம் 4

அந்தக் கார் பார்ப்பதற்கு அழகாகவும், பெரியதாகவும் இருந்தது. அந்தக் காரை ஓட்டி வந்த பெண் சங்கரனைப் பார்த்து,

"நமஸ்காரம்" என்றாள்.

"ஓ..."வணக்கம்... வணக்கம் என்று சொல்லிக் கொண்டே அவனும் கைக் குவித்தான். சங்கர் என்ன நினைத்தானோ தெரியவில்லை? ஓரக் கண்ணால் என்னைப் பார்த்தான்

இப்பொழுது முன்பு இருந்த காந்த சக்தி அதிலில்லை! ஏதோ ஒரு பர பரப்பும், வெறுப்பும் அவன் கண்ணில் தோன்றியதை மட்டும் என்னால் புரிந்து கொள்ள முடிந்தது'.

அந்தப் பெண் என்னைக் கவனித்ததாகவே தெரியவில்லை. எனக்கு என்னவோப் போல இருந்தது.

"ஹலோ சங்கர்... வாங்க காரிலேயே போலாமே"

அந்த பெண் காரில் உட்கார்ந்தபடியே, தன் காந்த பார்வையை அவன் மீது அள்ளி வீசியவாறு அவனை அழைத்தாள்.

"ஓ... சரி... அதற்கென்ன!?"

எனச் சொல்லிக் காரில் போய் உட்கார்ந்தவன், எந்தவொரு சலனமும் இல்லாமல் என்னைப் பார்த்து,

"நீ வீட்டுக்குப் போ... நான் கொஞ்ச நேரத்துல வந்துடறேன்"

என்று சொன்னவனதுக் கண்களும் போ... போ என்று என்னைக் கட்டாயப்படுத்தி விரட்டியதை என் உள் மனம் புரிந்து

கொண்டது. தண்ணியிலே நீந்தும் மீன் தரையிலே உருளுவது போல் இருந்தது. என் நிலமை.

'அப்போதுதான் அந்தக் காரிலிருந்த பெண்ணும் என்னைக் கவனித்தது போல்',

"அது யாரு...? அது மாதரி இருக்கே அப்படியா?" அதுங்ககிட்டக் கூட உனக்குத் தொடர்பு இருக்கா?"

மனுசனா பிறந்த... நாம் ஒருநாள் தீயிலே பொசுங்கப் போறோம் அல்லது மண்ணிலே புதைந்து, மண்ணோடு மண்ணாய் மக்கப் போறோம் என்பதையும் மறந்து, என்னைப் பார்த்துக் கேலியாகச் சிரித்தவாறே கேட்டாள். அவள் அப்படிக் கேட்டது... எனது உயிரின் துடிப்பு ஒரு கணம் ஒடிங்கி நின்றது. வாடிப் போன மலர்ச் செண்டாகச் சுருங்கி போனேன். கண்களின் ஓரத்திலே கசிந்த நீரைக் கைக்குட்டையால் துடைத்தேன்.

எவ்வளவு முயன்ற போதிலும் நிற்கிற கண்ணீராக அது தோன்றவில்லை. கண்ணீர் வடிப்பதால் என்ன லாபம்? என என்னை நானே கேட்டுக் கொண்டேன்.

"அதையெல்லாம் பிறகு சொல்றேன்.நீ மொதல்ல வண்டியை எடு" என்று அவளை அவசரப்படுத்தினான்.

"ஏன் அத முன்னாலயே தெரியுமா?"

வாயெல்லாம் பல்லாக அவளைப் பார்த்துக் கேட்டவன், கோபமாகப் என்னைப் பார்த்தான்'

"ஏன் முன்னால பார்த்திருந்தாத்தான் தெரியுனுமா என்ன? அதுகளப்பார்த்தாலேதான் சொல்லிடலாமே அதுக பூர்வீகம் என்னன்னு

அவனும், அவளும் என்னை ஒரு பொருட்டாகவே மதிக்காதது, கேவலப் படுத்தியது எனக்கு எரிச்சலூட்டியது.

அந்தச் சமயத்தில் அவர்களுக்கு, பரிதாபத்தின் மங்கல உருவாய் நின்றேன். அவர்களின் கார் அந்த இடத்தை விட்டு நகர்ந்தது'!.

'கொஞ்ச நாள்கழித்த பின் அன்று மறுபடியும், அதே பெண், 'வெண்ணெயின்னா வெண்ணெய், இது ஊத்துக்குளி வெண்ணெய்யை'ப் போல் எங்கள் வீட்டின் வாசலில் வந்து நின்ற போது மெய்சிலிர்த்துப் போனேன்; அப்படி எவ்வளவு நேரம் நின்றேனோ? தெரியவில்லை! ஆனால் என் மனசு மட்டும் படபடத்தது.

"என்ன... சௌக்கியமா...!"

என்று கேட்டவாறு கையிலுள்ள பேக்கைச் சுழற்றியவாறே வீட்டை நோட்டமிட்டாள். அவளின் அலங்காரம் அளவுக்கு மிஞ்சி என்னை அசர வைத்தது. அவள் யாருடையக் கட்டுப்பாட்டுக்கும் அடங்காமல் தன்னிச்சையாக வாழ்ந்து வருபவள் போல் சுதந்திரமாகக் காணப்பட்டாள்.

'அவளின் குரல் கேட்டுத் திடுக்கிட்டு சுய உணர்விற்குத் திரும்பினேன்'.

'இறைவனால் முழுப் பெண்ணாகப் படைக்கப்பட்ட இவளிடம், முன் அழகு, பின்னழகு, அடர்த்தியா நீளமான கூந்தல், அழகான கண்கள், மாதுளையைப் போல் கன்னங்கள், கச்சிதமான இடை, இத்தனை அழகையும் பெற்றுப் பெண்மை மிளிரக் காட்சித் தந்தாள்.

எனக்குள் பொறாமைத் தலைக்கேறியது'. என் மனம் நெருப்பில்லாமல் வெந்தது.

"என்னங்க உங்களைத்தானே... சௌரியமா இருக்கீங்களா? நான் கேட்டுக்கிட்டே இருக்கேன்... நீங்க எதுவுமே சொல்லாம, எங்கோயோ பார்த்துக்கிட்டு நிக்கிறீங்க... என்னாச்சி உங்களுக்கு?"

என்று முத்துப்பல் சிரிக்கக் கேட்டாள்.

'இன்னும் என்ன ஆவுனும்' என்று என் மனத்துக்குள் எண்ணியவாறே,

"ஹீம்... நான் நல்லாத்தான் இருக்கேன்... ஏன்... என்னா விஷயமா வந்திருக்கீங்க...?" கேட்கலாமா... வேண்டாவா... என்று குழம்பிப் போயிருந்த சமயம், அதை அவளே புரிந்துகொண்டதைப் போல நான் கேட்காமலேயே அவள் சொன்னாள். .

"எம்... பேரு ஷகிலா. சங்கரைப் பார்க்கனும், அதான் வந்தேன்! அப்பறம் உங்களப்பத்தின எல்லா விவரங்களையும் சங்கர் எங்கிட்டச் சொல்லிட்டாரு!"

"சொல்லிட்டானா... அதானப் பார்த்தேன்... சொல்லாமல் இருப்பானா? என்ன?' சொல்லலனா மண்டை வெடிச்சிருமே என்று எண்ணிய நான் மனட்திற்குள்ளேயே கருவினேன், அப்போதைக்கு கருவத்தான் முடிஞ்சது என்னால வேற என்னச் செய்ய முடியும்?

"நான் கொஞ்ச நாளைக்கு, இங்கேயே தங்கலானுத்தான் வந்திருக்கேன்... சங்கர் என்னச் சொல்லப் போறாரோ தெரியல?"

என்று சொன்னவள் குலுங்க நகைத்து ஒயிலாய் நடந்து என் அருகே வந்து நின்றாள். அவள் நடை கூட நடனம் போல் இருந்தது. அவளின் உதடுதான் சிரிக்குது! அவள் உருவம் போடும் வேஷம் உண்மையாகுமா?

'போச்சடா... நம்பப் பொழப்புல கையை வைக்கிறாளே, என்ன பண்ணறது? ஒரு கணம் இந்த உலகமே சுழல்வதுப் போல் ஓர் உணர்வு ஒன்னும் புரியாமல் தவித்தேன்.

அலைப்போல அலைந்தாடும் எம் மனசுக்கு கொஞ்சம் நிம்மதி கிடைக்குமா?

சங்கரனும் வந்தான். வந்தவுடன் இருவரின் முகத்திலும் புஷ்பவனம்தான்,

என்னைத் தனியாக அனுப்பிவிட்டு, உறவுக்கும், உரிமைக்கும் சொந்தக்காரர்களைப் போல், அவுங்க இரண்டு பேரும் ஏதே...தோ பேசி முடிவு எடுத்தார்கள், அவர்களின் நட்பு அதிகமாகியது.

நான் அரவாணி என்பதை அவளிடம் சொல்லிச் சிரித்தான், சங்கரனா இப்படி? என்று ஒரு கணம் தடுமாறியும் போனேன்.

இவளாலத்தான் என்னைத் திருமணம் செய்துகொள்ள மறுத்தானோ? எப்படி மாறிப் போயிட்டான். அந்தச் சிறிக்கியோடு சேர்ந்து.

நீ ஒரு பொண்ணா? என்று கேவலப்படுத்துறானே!

அவன் அப்படிக் கேட்டதற்கு என்னால் எப்படி நான் ஒரு பொண்ணுனு நிரூபிக்க முடியும்?

என்னோட உணர்வுகள்தான் பெண் ஆளுமையைக் கொண்டிருக்கிறது, இருந்தாலும் ஆண் அடையாளத்தோடல்லவா இருக்கிறேன்.

அவளும் எல்லோரிடமும் நான் வேற மாதரியானவள் எனச் சொல்லிக் கேவலப்படுத்திச் சிரிக்கிறாள்.

என்னைப் படைத்தவனும் ஆண்டவன்தானே? அந்த ஆதிபராசக்தியைப் பாதியாய் உருகொண்ட, அந்த சிவ பெருமான், அவளுக்குக் கூலி கொடுக்கமாட்டானா?'

'பிறந்த வீட்டிலும் சரி இந்தச் சமுதாயத்திலையும் சரி... என்னையும், என்னைப் போல உள்ளப் பாலினத்தையும் அருவருப்பாக, தீண்டதகாத , வேற்றுலக மனிதர்களைப் போல்லல்வா பார்க்கிறார்கள்.

எந்த ஜென்மத்தில் நாங்கள் என்ன பாவம் செய்தோமோ? இப்படி நொந்து கொள்ளத்தான் முடிந்தது.

'வழக்கம் போல் அன்றிரவும் ஹோாட்டலுக்கு நடனமாடச் சென்றேன். ஆனால் அங்கு என்னால் நடனமாட முடியவில்லை!

பாதியிலேயே உடம்புக்கு முடியலனுச் சொல்லி வீட்டிற்கு வந்துவிட்டேன்!.

வீட்டிற்கு வந்தவுடன் இரண்டு பெனடோலைச் சாப்பிட்டுவிட்டுப் படுத்தேன்.

'மறுநாள் காலை கண் விழிக்கும் போது திருப்ப முடியாத உடம்பு வலி. நல்ல ஜுரம். ஏற்கனவே வேதனையில் வெம்பிப் போயிருக்கும் என் உடம்பிற்கு ஜுரம் வந்து தாக்கியது! காற்றடித்தால் சாய்ந்துவிடுவேன் போலிருந்தது என் நிலமை.

என் உடம்பின் ஜுர வேதனையை விட, எனக்கு, சக்களத்தியா வந்திருக்கும் ஷகிலாவைப் பற்றிய எண்ணங்கள்தான் என் உள்ளத்தை அரித்த மிகப் பெரிய வேதனையாக இருந்தது.

சங்கரன், ஷகிலாவின் தொடர்பு நெருக்கமானது.

அவள் சில சமயங்களில் ரவிக்கையின்றி, உள் ஆடையுடன் வீட்டினுள் உலாவரும் விதத்தை அவன் ஊடுருவி ரசிப்பதையும், என்னால் தடுக்க முடியவில்லை?

அவளும் புனித்தைக் காக்க வேண்டும் என்பதையும் மறந்து தயக்கமின்றி காட்டித் திரிந்தாள்.

மொட்டு விரிந்த மலரினிலே, தேன் அருந்த வண்டு மூழ்கிக்கிடப்பதைப் போல், அவன், அவள் மடிமீதுக் கிடந்தான். அதைக் கண்டு எனதுள்ளம் உருகியது.

அவளை வாய்க்கு வந்தபடியெல்லாம் திட்ட வேண்டும் போல் தோன்றியது, ஆனால் எனக்குள்ளிருக்கும் பெண்மைக்கே உரிய நாணம் தடைபோட்டது.

முழுமை அடையாதப் பெண்ணான என்னிடம் கிடைக்காத இன்பங்கள், அவளிடம் கிடைக்கிறது. குதிபோடும் குஷியில் நிறைந்த மனத்துடன் வீட்டிற்குள் உலா வந்தாள் ஷகிலா.

அதன் பிறகு பல ஆண்களை என்னுடன் உறவுகொள்ளச் சொல்லி, அவன் பணம் சம்பாதித்தான். சொல்ல வெட்கமாகத்தான் இருக்கு! இருந்தாலும், என் வெட்கத்தை விட்டுச் சொல்கிறேன்!

அவன் பணப் பேய்! அவனுக்குக் கிடைக்கும் பணத்துக்காக, ஒரே நாளில் பல ஆண்களுடன் உறவுகொள்ளச் செய்தான்.

வந்தவர்களும் ஈவு, இரக்கம்மில்லாமல் ரத்தம் சொட்டச் சொட்ட, நான் கதறக் கதற, உறவுக் கொண்டனர். உடல் புண்ணாய்ப் போனது. மனமோ... நொந்து நூலாய்ப் போனது!.

அவனின் கொடுமைகளுக்கு, அளவே இல்லை. அது நடந்த மறுநாள் என்னால் அசையக்கூட முடியவில்லை! அத்தனை வலி. சொல்லில் அடங்கா வேதனை.

இறைவா நான் என்ன பாவம் செய்தேன்? பூ வென்றால் அதற்குள்ளே தேனை வைத்தான், பழமென்றால் அதுக்குள்ளே சாறை வைத்தான் , இப்படி எல்லாப் பிறவிகளையும் சீராகப் படைத்த இறைவன், என் பாலினத்தை மட்டும் ஏன் இப்படிப் படைத்தான்?

சமூகம் எங்களைக் கேவலாமாகப் பார்க்கிறதே!.

அரவாணிகளான நாங்கள் பாலியல் தொழில் செய்கிறோம், அதற்குத்தான் லாயக்கு என்று, எங்களைக் கேவலமாகப் பேசுகிறது!

கொஞ்சம் சிந்தித்துப் பார்த்தால், நாங்கள் எப்படிப் பாலியல் தொழிலுக்குத் தள்ளப்படுகிறோம்? என்றுத் தெரியும். இதை யாரும் எண்ணிப் பார்ப்பதில்லையே?

நாங்களும், ஆண் உருவிலிருக்கும், பூப் போல மென்மையான மனம், உணர்வுகளைக் கொண்டப் பெண்கள்தானே?

எங்களுக்கும் அச்சம், மடம் நாணம், பயிர்ப்பு அத்தனையும், இறைவன் இயற்கையாகவே கொடுத்திருக்கிறான், என்பதைச் சொன்னால் யார் நம்புவார்கள்?

நவக் கிரகத்தின் எண்களைச் சொல்லி என்னை அசிங்கப்படுத்துகிறான். நவக்கிரகம், செயல் படவில்லையென்றால் இந்தப் பூமியே ஸ்தம்பித்துவிடும் என்பதை அவன் அறியவில்லை போலும்!

அந்த பசப்புக் காரி சக்களத்தி ஷகிலாவும் கூடச் சேர்ந்து தாளம் போட்டாள்! அவளது வருகையால் எனக்குப் புது புதுத் தொல்லைகள் வந்து சேர்ந்தன.

சங்கரனும் லேசுப்பட்டவன் இல்லை. ஒரு பெண்ணை எந்தெந்த வழிகளில் பணிய வைப்பது என்பது அவனுக்குக் கை வந்தக் கலை.

என்னைத் துயரம் கப்பியது. என் உள்ளதின் மூலையில் ஏதோ ஒரு வேதனையின்... ஒரு குறு குறுப்பு! தனி மரம் போல் தள்ளாடி விழுந்திடுவேனோ என்றுத் தோன்றியது.

அப்போதைய என் எண்ணமெல்லாம், கெட்டிக்காரத்தனமாக, அவனிடமிருந்து எப்படியாவது அங்கிருந்து தப்பித்துச் செல்ல வேண்டும்.

ஒரு நாள் அவனும், அவளும் கோலாலம்பூர் போயிருந்தார்கள். நாங்கள் குடியிருப்பதோ ஜொகூர்பாரு, பாசீர் கூடாங்கில், இங்கிருந்து கோலாலம்பூருக்கு நானூறு கில்லோ மீட்டர்.

அவன் திரும்பி வர இரண்டு நாள் பிடிக்கும். இதுதான் சமயம் என்று நினைத்து, எனக்குத் தேவையான துணி மணிகளை எடுத்து மூட்டைக் கட்டி வைத்துக் கொண்டு அங்கிருந்து புறபட்டேன்.

எனக்கு எங்கப் போறதுன்னு தெரியல பொறி பறக்கும் வெய்யிலில் அலைந்து, அலைந்து என் உள்ளமும், உடலும் சோர்ந்து போயின.

அத்தியாயம் 5

என் கால்கள் துவளத் தொடங்கின, கொஞ்ச நேரம் எங்காவது உட்காரவிட்டால் மேலே நடப்பது முடியாதக் காரியம் என்பதை நன்கு உணர்ந்தேன்.

பக்கத்தில் ஒரு பூங்கா இருந்தது, நடையைக் கொஞ்சம் எட்டிப் போட்டேன்!.

பூங்காவிலே ஒரு மரத்தின் கீழ் சிமெண்டு பெஞ்சி இருந்தது. துவாலையைக் கொண்டு அந்தப் பெஞ்சைத் துடைத்துவிட்டு, அதில் அமர்ந்து சாய்ந்து கொண்டேன்.

அந்த மன நிலையில்… அந்த அருமையான நிழலின் அருமையைக் கூட என்னால் அனுபவிக்க முடியவில்லை!

சற்றுத் தள்ளியிருந்த சிமெண்டு பெஞ்சில் யாரோ இரண்டு பேர் பேசிக் கொண்டிருந்தார்கள். பேசிக் கொண்டிருந்தவர்கள் ஆணும் பெண்ணும்தான். காண்பதற்கு காதலர்களைப் போல் தென்பட்டார்கள்.

அவர்கள் இருந்தால் நமக்கென்ன என எண்ணி கண்டும் காணாமல் ஓய்வெடுத்துக் கொண்டிருந்தேன்.

சற்று நேரத்தில் இரண்டு ஆம்பிளைகள், இன்னொரு சிமெண்டு பெஞ்சில் வந்து அமர்ந்தார்கள்!.

அமர்ந்தவர்கள் என்னைப் பார்த்துக் கேலியும் கிண்டலும் சில்மிஷமும் பண்ண ஆரம்பித்தார்கள். என்னைப் போன்றவர்கள் நிம்மதியாகவே இருக்க முடியாது போலும்?

என்னைப் போன்றோர் வாங்கி வந்த வரமென்று கூட எண்ணத் தோன்றியது எனக்கு!'

என்னைப் பொருத்தவரையில் கொஞ்ச காலமாகவே நான் நினைப்பது எல்லாம் சுகமாக முடிவதில்லை! எல்லாவற்றிலுமே எப்படியாவது ஏதோவொரு வேதனை இழையோடித்தான் நிற்கிறது.

ஏமாற்றங்களையும், தோல்விகளையும் நிறைய சந்தித்துப் பழகிப்போயிருந்த மனமாயிருந்ததால், என்னைப் பார்த்துக் கேலியும் கிண்டலும் பண்ணியதை நான் பெரிதாக எடுத்துக் கொள்ளவில்லை! அடுக்கடுக்காக எத்தனை தொல்லகள்?

நானும் ரொம்ப யோசனைப் பண்ணிப் பார்த்துவிட்டேன்... ஏன்தான் இந்தச் சமுதாயமும், சந்ததியரும் என்னைப் போல அரவாணிப் பெண்களை இழிவாகப் பார்க்குதோ தெரியவில்லை?

புரியாதப் புதிராகவே இருந்தது! நாங்களும் இறைவன் படைப்புத்தானே? நாங்களும் மனிதர்கள்தானே? இதைச் சமுதாயம் எப்போது புரிந்துகொள்ளும் இது சாத்தியமாகுமா??

பசி வேறு வயிற்றைக் கிள்ளியது, கொடியவனின் கோரப் பிடியிலிருந்து தப்பிக்கப் போகிறோம் என்ற அவசரத்தில் எதுவுமே சாப்பிடாமல் வந்துவிட்டேன். அதன் பிறகு ஒரு குவளைத் தண்ணீர்க் கூட இன்னும் குடிக்கவில்லை!

மணி ஒன்றாகிவிட்டிருந்தது... இரண்டு மணிக்குதான் ரயில் புறப்படும். அதற்குள் ஏதாவது சாப்பிட்டால் உடம்பு பழைய சுவாதீனத்துக்கு வரும் என்றுத் தோன்றியது.

நான் எடுத்து வந்த துணிப் பெட்டியைத் தூக்கிக்கொண்டு ரெஸ்டாரண்டை நோக்கி நடந்தேன். அப்பவும் பக்கத்து பெஞ்சில் உட்கார்ந்திருந்த இரண்டு ஆண்களும் கிண்டல் செய்தவாறே என்னைப் பின் தொடர்ந்தனர். நான் பயப்படவும் இல்லை, அதை சட்டை செய்யவுமில்லை.

சாப்பிட உள்ளே நுழைந்த எனக்கு என்ன சாப்பிடுவதென்றுப் புரியவில்லை... இருந்தும் இரண்டு தோசை ஆர்டர் பண்ணிவிட்டு அமர்ந்திருந்தேன். உச்சி வெயில் தாகம் தொண்டைய வறண்டியது! ஒரு கொக்கோ கோலா குடித்தால் தேவலைப்போல் இருந்தது. அதையும் ஆர்டர் பண்ணி ஒரு கைப்பார்த்தேன். சாப்பாட்டை முடிக்கவில்லை!

என் பெற்றோர் குடியிருக்கும் இடத்திலிருந்து பெரியசாமி என்ற பெரிய மனிதர் அங்கு வந்துவிட்டார். எனக்கு என்ன செய்வதென்றுத் தெரியாமல் தவித்தேன்.

சாப்பாட்டைப் பாதியிலேயே முடித்துக்கொண்டேன்! எனக்கு உடம்பெல்லாம் வியர்த்துக் கொட்டியது!

அவர் பார்பதற்கு முன்பாக அங்கிருந்து நழுவிவிட நினைத்தேன்; அதேபோல் வந்தவர் என்னைப் பார்க்காமல் அவ சர அவசரமாகக் கழிவறைக்குச் சென்றுவிட்டார்.

இதுதான் சமயம் என்று சொல்லி நானும் அவசர அவசரமாக துணி மூட்டையைத் தூக்கிக் கொண்டு அங்கிருந்து ரயில்வே ஸ்டேசனை நோக்கிக் கிளம்பினேன்!.

அவர் பார்த்தால் எதுவும் பிரச்சனை இல்லைதான்... இருந்தாலும், எப்படி இருக்கிறாய்? எங்கு இருக்கிறாய்? என்ன வேலைச் செய்கிறாய் என்றெல்லாம் நலம் விசாரிப்பார்! பிறகு கண்டதை... அப்பா அம்மாவிடம் போய்ச் சொல்லுவார்...!

அப்பறமென்ன அண்ணன்ங்க இரண்டு பேரும் இங்க வந்து எங்கப் பேரைக் கெடுக்கிறீயான்னு வரிஞ்சிக்கட்டிகிட்டு வந்திடுவானுக!

இது தேவையா எனக்கு? எங்க பொளப்பைப் பாருங்க ஒளிஞ்... ஒளிஞ்சி வாழறதா இருக்கு... என்னா வாழ்க்கையோ ஹீம்!?"

நடையை எட்டிப் போட்டேன்... வேக வேகமாக நடந்தேன். பட்டப் பகலிலும் அங்கே ஜெக ஜோதியாய்... விளக்குகள் எரிந்து கொண்டிருந்தன.

ரயில் புறப்படுவதற்கும் நான் அங்கு போய்ச் சேருவதற்கும் நேரம் சரியாக இருந்தது. டிக்கெட்டை வாங்கிக்கொண்டு ரயிலில் ஏரினேன்

ஜோகூரிலிருந்து பினாங்கிற்குச் செல்லும் ரயிலில்தான் பயணம் செய்தேன். எங்கே போவது என்றுத் தெரியாமல் பயணம் செய்தேன்.

இங்கேயும் பொது மக்கள் ஒரு சிலருக்குக் கேளிக் கூத்தானேன்.

“அட... இதுகூட எங்கேயோ கௌம்பிடுச்சியா... வளைச்சிப் போட்டா கொஞ்ச நாளைக்கு நம்மகூட இருந்துட்டுப் போவுமே...!”

என்று கிண்டலடித்தார்கள் சில நெஞ்சில் ஈவு, இரக்கம் இல்லாதவர்கள்.

ஏற்கனவே குழம்பிப் போயிருந்த எனக்கு வேல் கொண்டுப் பாச்சியதுப் போல் இருந்தது.

என் கண்களும், அழுது... அழுது வீங்கிப் போயின. வேதனையால்... வெம்பி வதங்கிக் கொண்டிருந்தேன்.

நான் கொண்டு வந்திருந்த துணி மூட்டையைத் துணையாக அணைத்துக் கொண்டு ஒரு மூலையில் கூனிக் குறுகிப் போய் உட்கார்ந்திருந்தேன்!.

வாழ்க்கையே வெறுத்து போய் தத்தளித்துக் கொண்டிருந்த எனக்கு, என்னைப் போல் ஓர் அரவாணித்தான் உதவி செய்தார்.

அவர்(ள்) என்னை விசாரித்து என்னுடைய முழு விவரங்களைத் தெரிந்து கொண்டு எனக்கு உதவி செய்ய முன் வந்தாள்.

நாங்கள் பயணம் செய்த ரயில், மலாக்கா ஸ்டேசனில் நின்றதும், நான் வியந்து போனேன். காரணம் அந்த மலாக்கா ஸ்டேசனை அடைப்பதாக நாளிதழில் செய்தி வந்ததுதான். அவர்(ள்)டமே. கேட்டேன்.

“இந்த ஸ்டேசன் இன்னும் அடைக்கவில்லையா? என்று.

“இன்னும் அடைக்கவில்லை. விரைவில் அடைத்துவிடுவார்கள்”

என்று சொன்னவள் என்னை இறங்கச் சொன்னாள், நானும் இறங்கி அவளைப்பின் தொடர்ந்தேன்.

முன் பின் தெரியாத ஒருவரின் பின்னால் போகுறோமே, என்று ஒரு பக்கம் பயமாக இருந்தாலும், இன்னொரு பக்கம் எனக்கு சந்தோஷமாக இருந்தது. ஏன்னா... என்னை அழைத்துச் செல்பவர் என்னைப் போல் ஓர் அரவாணித்தான்.

என் இனத்தைச் சேர்ந்தவர்களிடம், சில நல்ல கொள்கைகள்... இருந்தது. விரைவில் ஏமாந்து போவார்களே தவிர, யாரையும் மருந்துக்குக் கூட ஏமாற்றமாட்டார்கள்!

இயலாதவரைக் கண்டு விட்டால், ஓடிச் சென்று உதவி செய்யும் மனம் கொண்டவர்கள்.

அப்படி உயர்ந்த பண்புடைவரோடு, உடன் செல்வதால் எனது பயம் தூசிப்... போலப் பறந்தது! அப்பொழுதுதான் அவர் வாய் திறந்து பேசினாள். “எம்பேரு நளினி! நானும் வாழ்க்கையில பல கஷ்டங்களை அனுபவிச்சிப் பெத்தவங்களால வெரட்டி அடிச்சி அப்பப்...பா சொல்லொண்ணா துயரம்!.

ஊருசனமும் நம்மளப் போல உள்ளவங்கள சாவு வீட்டுல ஒப்பாரி வைக்கிறதுக்குத்தான் சேர்த்துக்குவாங்க.

கல்யாணம், காட்சிப் போல நல்ல விஷயத்துக்கு, இதுங்களான்னு தீட்டுக்காரங்களைப் போல ஒதுக்கி வைச்சிருவாங்க! மனசு ரொம்ப ஒடைஞ்சிப் போச்சி. அப்பறமாத்தான் இங்க வந்தேன்!”

“இந்த மலாக்காவுல நம்மைப்போல இருக்கிற... அரவாணிங்கதான் எனக்கும் ஆதரவுக் கொடுத்தாங்க... நீயும் அங்கே வந்து பாரேன்... உனக்கும் ரொம்பப் பிடிக்கும். அங்கே

உனக்கு அம்மா, அக்கா, தங்கசிங்க... எல்லாம் கிடைப்பாங்க!, சுதந்திரமா வாழலாம்!"

"ஊர் மக்க சிலர் நம்மை அருவருப்பாகத்தான் பார்ப்பாங்க, ஏன் நாம் பக்கத்துல நின்னாக்கூட, மானிட ஜாதியிலேயே, சேர்க்கப்படாதவங்களைப் போல எட்டி ஒதிங்கித்தான் போவாங்க! நம்மோட நினைவின் ஏக்கமும் நெஞ்சின் வலியையும் யார் புரிஞ்சிக்கிறாங்க?

"இது நாமா தேடிக்கிட்டது இல்லையே! இறைவனின் படைப்புங்கிறதை... யாரும் நினைச்சிப்பார்க்கிறது இல்லையே?!"

உதறித் தள்ளினாலும் ஓடி வந்து அவள் மனதைப் பிழிந்த அந்தப் பாழும் எண்ணங்களைக் கண்ணீர் திரைக்குள் தன்னை மறைத்துக் கொண்டு அவள் வேதனையை என்னோடு பகிர்ந்துகொண்டாள் நளினி!.

அவளின் வேதனைகளைப் பாதிச் சொல்லி முடிப்பதற்கும் வீடு வந்து சேர்வதற்கும் சரியாக இருந்தது.

நளினி அங்குள்ள ஒவ்வொரு வரையும் எனக்கு அறிமுகப்படுத்திவைத்தாள்.

முதலில் அம்மா சாந்தா அவருக்கு வயது ஐம்பது. அவர்தான் அந்த இல்லத்தை வழி நடத்திச் சென்றாள்.

இவள் அக்காள் உறவு, இவள் தங்கை உறவு என்று எல்லோரையும் தெரிந்துகொண்டேன். என் மேல் அன்பு காட்ட இத்தனை உறவுகளா? மனம் பூரித்துப் போனேன்.

இந்த உறவுகளைச் சந்தித்தவுடன் கொதித்து, குமறிக் கொண்டிருந்த மனத்தின் ஏக்கம் கொஞ்சம் குறைந்து.

உயிரின் துடிப்பு ஆனந்த வெள்ளத்தில் கூத்தாடியது.

சில நாள் கழித்து, என் மனத்தை நோகடித்துக் கொண்டிருந்த ஒரு விஷயத்தை அம்மா சாந்தவிடம் கூறினேன். அம்மா சாந்தாவும்,

“இது சாதரண விஷயமில்லை ஹேமா”

ஆமாம் அதுதான் அங்கே எனக்கு சூட்டப்பட்ட பெயர். பெயரும் பிடித்திருந்தது, அங்குள்ளவர்களையும் பிடித்திருந்தது. அம்மா சாந்தா தொடர்ந்தார்.

“இதை செய்வதென்றால் நெறைய செலவாகும்... முதலில் வேலை செய்து பணத்தைச் சேமித்து வை, கொஞ்ச நாள் கழித்துப் பார்ப்போம்!”

அம்மா சொல்லியதைப் போல் செயல்பட்டேன். அவர்களின் உதவியோடு புதியதாக ஓர் உணவகம் திறந்தேன்.

அந்த உணவகத்திற்கு அம்மா சாந்தாவின் பெயரையே சூட்டினேன்.

அதன் வழி சேமித்து வைத்த பணத்தை அம்மாவிடம் கொடுத்து மறுபடியும் எனது ஆசையை வெளியிட்டேன். அம்மாவும் அந்தப் பணம் போதாது என்றார்.

பன்னிரண்டு மணி நேரம் செயல்பட்ட உணவகத்தை இருபத்திநான்கு மணி நேரம் செயல்படவைத்தேன்.

அதில் பணி புரியும் அனைவருமே திருநங்கைகள்தான். எங்களாலேயும் சாதிக்க முடியும், என்று அயராது உழைத்தேன். நல்ல வருமானம், பணமும் சேர்ந்தது. அம்மா சாந்தாவும் பச்சைக் கொடிக் காட்டிவிட்டார்.

உறுப்புமாற்று அறுவை சிகிச்சை செய்வதற்காக அம்மா சாந்தா, தேவையான எல்லா சாமன்களையும் எடுத்துக் கொண்டு, என்னை அழைத்துக் கொண்டு தாய்லாந்து நாட்டிற்குப் புறபட்டாள். அங்கு கிளம்புவதற்கு முன்பாகவே அங்குள்ள அரவாணிகளைத், தொடர்பு கொண்டு,

“நானும்... எம் பொண்ணும் அங்கு வர்றோம், எம் மவ ஹேமாவுக்கு உறுப்பு மாற்று ஆப்ரேஷன் செய்யோனும், அதுக்கு உங்க உதவி எங்களுக்கு ரொம்ப அவசியம்!” என்று சொல்லி இருந்தார்.

தாய்லாந்து நாட்டிலுள்ள திருநங்கைகளும், எங்களின் வருகைக்காக விமான நிலையத்தில் காத்திருந்தார்கள்.

மலேசியா நாட்டிலிருந்து புறப்பட்ட விமானமும், தாய்லாந்து நாட்டின் சுவர்ண பூமி விமான நிலையத்தை அடைந்தது. சுவர்ணபூமி விமான நிலையம் எங்களுக்கு சொர்க்க புரியாகவே காட்சி அளித்தது. ஆங்காங்கே மின் மினி பூச்சிகள் விளக்கேற்றி கும்மியடிப்பதைப் போல ஜெக ஜோதியாய் மின்சார விளக்குகள் எங்களை வரவேற்றன.

அதுமட்டுமல்லாது இறங்கியவுடன் அந்த நாட்டிலுள்ள திருநங்கைகள் எங்களின் வருகைக்காகக் காத்திருந்து வரவேற்றதைக் கண்டு அளவில்லா ஆனந்தம் கொண்டு ஒருவரை ஒருவர் ஆரத்தழுவிக்கொண்டனர்.

பிறகு திருநங்கைகளின் தலைவியான வைஷ்ணவி என்னையும் அம்மா சாந்தாவையும் அவுங்க வீட்டுக்கு அழைத்துச் சென்றாள்.

அவர்களின் வீட்டைப் பார்த்து ஒரு கணம் சாந்தா அம்மாவும் நானும் பிரமித்துப் போனோம்.

அதையும் மிஞ்சியது அவர்களின் வற்றாத அன்பு!.

அவர்களின் வீடு கலை அம்சத்தோடு இருந்தது. அதுவும் பங்களா வீடு.

அந்த வீட்டைக் கொண்டே அவர்களின் வாழ்க்கைத் தரம் எந்த அளவுக்கு உயர்ந்து இருக்கிறது என்பதை நாம் புரிந்து கொள்ளலாம்.

அத்தியாயம் 6

அன்றையப் பொழுதை வைஷ்ணவி வீட்டிலேயே ஒருவருக் கொருவர் மனம் விட்டுப் பேசி மகிழ்ச்சியாகக் கழித்தோம்!.

மறுநாள் பொழுது புலர்ந்தது அவர்கள் சொல்லி வைத்ததைப் போல் வைஷ்ணவியின் உதவியோடு மருதுவமனைக்குப் போய்ச் சேர்ந்தோம்.

அங்குள்ள மருத்துவமனையும் ரொம்ப அழகாவும் பிரமாண்டமாகவும் இருந்தது. மருத்துவமனை பணியாளர்களும், எங்களை அன்போடு வரவேற்று அடுத்தடுத்து என்னென்ன? பரிசோதனைக்குச் செல்ல வேண்டும் என்பதைச் சொல்லி வழி நடத்தினார்கள்.

என்னை ஒர் தனி அறைக்கு அழைத்துச் சென்று முழுமையாக மருத்துவப் பரிசோதனைச் செய்தார்கள்.

மனம் ஏதும் பாதிக்கப்பட்டிருக்காளா? என்பதை அறிய, மன நல கவின்சலிங் அழைத்துச் சென்றார்கள்.

பெண் போல மாற விரும்புவதற்கான காரணத்தையும் கேட்டுத் தெரிந்து கொண்டார்கள். எல்லா சோதனைகளிலும் நான் தேறிவிட்டேன். அடுத்து ஆபரேஷன்தான்.

ஆபரேஷன் செய்வதற்கு முன்னதாக அம்மா சாந்தாவை அழைத்து,

“இந்த ஆபரேஷன் முடிஞ்சதோட விட்டுடக்கூடாது...! மார்பக ஆபரேஷனும் செய்துகொள்ளனும். சிலிக்கான் மார்பகம் பொருத்தினால், பெண்களைப் போல் இயற்கையா அழகுத் தரும்.

பிறகு தேவையான ஆர்மோன் சிகிச்சையும் எடுத்துக்கனும் அதுக்கும் கொஞ்சம் பணம் செலவாகும்... உங்களுக்குச் சம்மதம்தானே? மேடம் சாந்தா?"

என்று சொல்லி சாந்தாவின் முகத்தைப் பார்த்தார் டாக்டர் செல்லையா.

"மேடம் சாந்தா" என்று தன்னைத் தனி மரியாதையோடு கூப்பிட்டதை எண்ணி பெருமிதம் கொண்டாள் அம்மா சாந்தா.

பெண்மைக்கே உரிய நாணத்தோடு தனது மார்பை மறைத்திருக்கும் முந்தானையைச் சரி செய்தவாறு;

'நமக்கும் படித்த நாகரீகம் தெரிந்த மக்களிடையே எத்தனை மரியாதை? ஆனால் தன்னைப் போல் ஆணாகப் பிறந்து பெண்ணின் உணர்வோடு உலா வரும் திருநங்கைகளை நூத்துக்குத் தொண்ணூறு பேரு இழிவுப் படுத்துகிறார்களே'?

என்று நினைத்து உள்ளம் வேதனைப்படத்தான் செய்தது அம்மாவுக்கு. "என்னம்மா சாந்தா நான் கேட்டதுக்குப் பதிலேதும் சொல்லாம மௌனமா இருக்கீங்களே? அப்படின்னா இதுல உங்களுக்கு விருப்பம் இல்லையினு நினைக்கிறேன். எதுவா இருந்தாலும் அது உங்க விருப்பம்மா நான் கட்டாயப் படுத்தமாட்டேன்!"

மறுபடியும் மரியாதையோடு அடிக் கொருதரம் அம்மாவென்று அழைத்தது மகிழ்ச்சியால் உள்ளம் பூரித்துதான் போனாள் .

"அப்படியெல்லாம் விருப்பம் இல்லாமல் இல்லைங்க டாக்டர்... எங்களுக்காக எவ்வளவு சிரத்தை எடுத்துச் செய்றீங்க நீங்கள்? எங்களுக்குத் தெய்வம் மாதரி, சரி... டாக்டர் எல்லாத்தயும் முழுமையா... நல்ல படியா செஞ்சிருங்க!"

எனக் கூறி அவர்கள் கொடுத்த பேப்பரில் எல்லாம் கையெழுத்தைப் போட்டாள்.

"ஹிம்... இந்த ஆபரேசன் முடிந்ததோட ஏனோ தானோனு இருந்திடாதீங்கம்மா...!"

அப்படி சொன்ன டாக்டர் செல்லையாவைத் தலை நிமிர்ந்து அதிர்ச்சியோடு பார்த்தாள் அம்மா.

"ஆமாம்... இந்த ஆப்ரேஷன் முடிந்த கையோடு, ஒரு தாய்மை அடைஞ்சப் பொண்ணை எப்படிக் கவனிச்சிக்குவாங்களோ அந்த மாதிரி பக்குவமாய் பத்தியமாய் பார்த்துப் பார்த்துக் கவனிச்சிக்கணும். பழையது ஆறிப் போன சாப்பாடு இதையெல்லாம் அறவே கொடுக்கக்கூடாது!"

"சரிங்க... டாக்டர்... அப்படியே கவனிச்சுக்கிறோம்"

அப்படிச் சொன்ன சாந்தாவை பார்த்து,

"ஏன்னா... இந்த ஆபரேஷன் ஹேமாவுக்கு மறு பிறவியைப்போல ஒரு பெண் தன்னோட பிரசவத்துக்குப் பிறகு, எப்படி மறு பிறவி எடுத்து வர்றாங்களோ...? அது போலத்தான் இந்த ஆபரேஷனும்! தண்ணியிலே எல்லாம் ரொம்ப நேரம் இருக்கவிடாதீங்க ஜன்னி வச்சிரும் அப்பறம் ரொம்பக் கஷ்டப்படனும், கஷ்டப்பட்டாலும் பரவாயில்லை உயிருக்கே ஆபத்தா முடிஞ்சிடும்!"

இதை சொல்லும் பொழுது டாக்டர் செல்லையாவின் முகத்தில் சோகம் சூழ்ந்து கொண்டது.

டாக்டரின் முகத்தில் வேதனையைக் கண்ட சாந்தாவும் பயந்துதான் போனாள்.

எப்படியும் இந்த நவீன முறை ஆபரேஷன் அவ்வளவு ஆபத்தானது இல்லை என்பதை நம்பித்தான் இங்கு வந்தார்கள் என்பதை அவள் நன்கு அறிந்தவள்.

"சரிங்க டாக்டர் உங்க மேல முழு நம்பிக்கை இருப்பதாலத்தான் எங்க... நாட்டிலிருந்து தாய்லாந்தில இருக்கும் உங்களைத் தேடி வந்திருக்கோம் நீங்க ஆப்ரேஷனை ஆரம்பியுங்க. எல்லா பாரத்தையும் தேவதை பவித்திர மாதா மேலேயே போட்டிடுவோம். அதோட உங்க மேலேயும் எங்களுக்கு முழு நம்பிக்கை இருக்கு டாக்டர்!"

என்று சொன்னவளின் கண்கள் கலங்கியன.

“சரிம்மா நாங்க ஆபரேஷன் ஆரம்பிக்கப் போகிறோம். அது முடிய எட்டு மணி நேரம் பிடிக்கும் அதனால தைரியமா நீங்க வீட்டுக்குப் போயிட்டு சாயிந்தரம்மா ஆறு மணியைப் போல வந்து பாருங்க!”

என்று விடை கொடுத்தார் டாக்டர்.

(((மீதியை கதையாசியர் சொல்வார்)))

ஹேமாவைத் தனியாக ஆப்ரேஷன் தியேட்டரில் விட்டு விட்டுப் போவதற்கு அவளுக்கு மனமில்லை!.

எங்கிருந்தோ வந்து, பாசத்தில் ஊறியப் பசுந்தளிரைப் பிரிய மனமில்லாமல்... என்ன செய்வதென்று தெரியாமல் அரை மனத்தோடு,

“சரி”

என்று சொல்லியவள், மனது ஒரு நிலைக் கொள்ளாமல் ஆஸ்பத்திரியின் வரவேற்பறையில் ஒரு மூலையில் உள்ள சோபாவில் போய் அமர்ந்துகொண்டாள்.

அங்கே ‘பளிச்’ சென்று விளக்குகள் எரிந்தன. அந்த விளக்கு வெளிச்சம் கண்ணைக் கூசச் செய்யவே முகத்தின் மேலே ஒரு துணியைப் போட்டு மூடிக்கொண்டாள்.

கண்ணை மூடிக் கொண்டாலும், ஆஸ்பத்திரியில் ஒரு மூலையில் உட்கார்ந்திருந்த அவளின் மனம் சூறா வழியைப் போல் சுழன்றது.

ஒரு சமயத்தில், தன்னை நம்பி வந்த சாவித்திரி என்ற அரவாணிப் பெண்ணை நினைத்துப் பார்த்தாள்.

பெற்றெடுத்தத் தாய், தகப்பனால் விரட்டப்பட்டு, சமூகத்தால் புறகணிக்கப்பட்டு, தன்னைத் தாயாய் எண்ணி தஞ்சம் புகுந்த திருநங்கை சாவித்திரி... சட்டத்துக்குப் புறம்பான ஆபரேஷன் செய்து கொண்டு இறந்து போனாள்!.

அதை நினைத்தாலே சாந்தாவுக்கு இப்பவும் உடம்பு நடுங்கியது.

(அதை நினைத்துப் பார்த்தாள்.)

"அம்மா... என்னை மகளா ஏத்துக்கிட்டீங்க, எனக்கு இது சந்தோஷத்தைக் கொடுத்தாலும் இன்னொரு பக்கம் எனக்கு வேதனையாத்தான் இருக்கு!"

என்றாள் சாந்தாவை பார்த்து சாவித்திரி.

"என்னம்மா... சாவித்திரி சொல்லற?"

திகைத்தாள் அரவாணித்தாய். அவளைத் தேடி வந்த யாரும் வேதனைப்பட்டால் அவளால் தாங்கிக் கொள்ளமுடியாது.

"ஆமாம்மா... நான்... முழுசா முழுப் பெண்ணாக வேணும்! இந்த தேவயற்ற ஆண் அடையாளத் தோடு நான் இன்னும் இருக்கிறதால... நான் இப்பவும் ரெண்டுங் கெட்டானாக இருந்துகிட்டு இருக்கேன். அது எனக்கு வேண்டாம்மா அதனால தினம் தினம் வேதனைப்படறேன். என் உடம்பைப் பார்க்கவே ரொம்ப அவமானமா இருக்கு!"

என்று சொன்னவள் அழுதே விட்டாள். அவளின் அழுத கண்ணீரை துடைத்தவாறே,

"சாவித்திரி... நான் சொல்றதை நீ கொஞ்சம் புரிஞ்சிக்கணும், நவீன முறையிலே ஆபரேஷன் பண்ணனும்னா அதுக்கு நெறையப் பணம் தேவைப்படும், அந்த அளவுக்கு நம்மக்கிட்ட வசதி இல்ல! ஓர் இடத்தில்ல' சவரக்கத்தியை' வச்சி வெட்டி வீசராங்க... அது உயிருக்கே ஆபத்தானது. பத்துவ ருஷதுக்கு முன்னால நானும் சவரக்கத்தி வழியாத்தான் ஆபரேஷன் பண்ணிக்கிட்டேன், அந்த வலி இருக்கே... அதை நம்மாலத் தாங்க முடியாது!

அதைச் சொல்லும் பொழுது அவள், பட்ட வேதனையும் பரபரப்பும் சாந்தாவின் கண்ணிலே தெரிந்தது.

இன்னொரு முக்கியமான விஷயம் என்னன்னா?, நாம உயிர்ப் பிழைப்பதும் மிகக் குறைவு, பத்துக்கு நாலு பேருத்தான் உயிர்ப் பிழைப்பாங்க, இந்த விபரீத விளையாட்டு வேண்டாம் மாசாவித்திரி... விட்டுடு!" கெஞ்சினாள் சாந்தா.

"அம்மா... எனக்குப் பிடிக்காத இந்த அவலத்தோட இன்னும் எத்தனை நாளைக்குத்தான் காலத்தை ஓட்டறது? அம்மா இது நானகத் தேடிக்கிட்டது இல்லையே! தாயோட ககருவுல இருக்கும் போதே இது என்னோட ஒட்டி கிடுச்சி பெண்ணான எனக்கு. எங்கூட ஒட்டிக் கிட்டு பொறந்தா நான் என்னா செய்ய முடியும்? வெட்டி வீசத்தான் தோணுது. வேண்டாம்மா... எனக்கு எப்படியாவது எனக்கு உதவி பண்ணுங்கம்மா!"

அழுது (அது) வேண்டவே வேண்டாமென, விம்மி வெடித்துப் பிடிவாதம் பிடித்தாள்.

சாவித்திரி சொன்னது பெரியதாகப் பட்டாலும், அவளுக்கு அதன் விளைவுகளையும், வேதனைகளைச் சொல்லிச் சமாதானப் படுத்தினாள் அரவாணித் தாய். ஒரு நாள் சாந்தா வெளியே போயிருந்த சமயம் யாரிடமும் சொல்லிக்கொள்ளாமல், அவள் வீட்டைவிட்டுக் கிளம்பினாள்.

சாந்தாம்மா, அந்தச் சிறிக்கியைத் தேடாத இடமில்லை,

"அந்தப் போக்கத்தவ எங்கப் போயித் தொலைஞ்சாலோ தெரியலையே?"

அவளை நினைத்துவே தனைக் கடலில் தள்ளப்பட்டு, மிகவும் நொந்து போனாள்.

அவள் போய் சில நாட்கள் கழித்து, ஒரு வேனில் ஒரு சவபெட்டியைக் கொண்டு வந்து இறக்கினார்கள்.

"இந்தச் சவ பெட்டியை ஏன் இங்கே கொண்டு வந்து இறக்குகிறார்கள்?"

அரவாணித்தாய் சாந்தா, 'அதனுள்ளே என்னவாக இருக்கும்? யாராக இருக்கும்?' திகைத்தாள்!

தலை சுற்றியது அவளுக்கு, நெஞ்சை அழுத்தும் நினைவுச் சுமை!

அப்பொழுது அந்தப் பிணப் பெட்டியுடன் கூட வந்திருக்கும் தேவகி என்ற திருநங்கை, அம்மா சாந்தாவை அடையாளம் கண்டு, அழுது கொண்டே;

"அம்மா இந்தப் பொட்டிக்குள்ள இருக்கிறது ஒங்கப் பொண்ணு சாவித்திரியோட பொணம்தான்!"

இதைக் கேட்டதும் அவள் ஒப்பாரி வைக்க ஆரம்பித்துவிட்டாள்;

"அம்மா அழுவாதீங்கம்மா நீங்களே இப்படிக் கலங்கிப் போனால், எங்களுக்கெல்லாம்... யாரும்மா ஆறுதல் சொல்லுவா?"

தேவகிதான் சாந்தாவைச் சமாதனப்படுத்தினாள்.

"எம்பொண்ணுக்கு... ஏன் எப்படி... இப்படி ஆச்சி... எம் பொண்ணு என்னவுட்டுப் போயிட்டாளே நான் என்னா பண்ணப் போறேன்... ஏது செய்யப் போறேன்... எம் பேச்சைக் கேட்காமப் போயி இப்படி என்னை வேதனைப் பட வச்சிட்டாளே... நான் எங்கப் போயி முட்டிக்குவேன், மோதிக்குவேன் பெத்த வயிறுத்தான் பத்தி எரியுதுன்னு சொல்லு வாங்க நான் என்ன பண்ணுவேன்? நான் பெக்காமலே என் வயிறுப் பத்தி எரியுதே சாவித்திரி... உனக்கு எப்படிடீ... எங்கள விட்டுப் போவ மனசு வந்துச்சி நீ தெரிஞ்சித்தான் போனியா...? தெரியாமத்தான் போனியா? ஐயோ! சிறிக்கி மவளே நீ புத்தியோடப் போனியா புத்திக் கெட்டுப் போனியா? ஐயோ பொழபத்துப் போனவளே நான் என்னானு சொல்லுவேன்... ஐயோ கேடுக் கெட்டுப் போனவளே, நான் எவ்வளவோ சொல்லியும் உம் புத்திக்கு எட்டலயேடீ பாவி மவளே என்னைப் பரிதவிக்கவுட்டுப் பரலோகம் போயிட்டீயே போன உசுரு வருமா? புத்திக் கெட்டவளே! பொசுக்குன்னு பொணமா வந்து பெட்டிக்குள்ளே நீட்டிப் படுத்திருக்கிறீயே!"

சாந்தாவின் அழுகை அந்த வீட்டையே அதிர வைத்து ஊரையே கூட்டிவிட்டது. "நெஞ்சிலே நெருப்பாகி, நினைவிலே,

கனலாகி, என்னையே செந்தீப் பிழம்புக்குள் தள்ளிவிட்டுத் தவிக்கவிட்டுப் போயிட்டாளே எம் மவ... ஐயோ எஞ் செல்லம் உன்ன இனி எப்படி...பார்க்கப் போறேன்? என்னையும் ஒன்னோடக் கூட்டிட்டு போயிடுடீ!"

தனது அழுகையைக் கட்டுப்படுத்த முடியாமல் கதறி அழுதாள் தாய் சாந்தா!.

"அம்மா அழாதீங்கம்மா...! நடந்தது என்னானு நான் சொல்லறேம்மா...!"

என சாந்தாவைக் கட்டிப் பிடித்து ஆறுதல் கூறுகிறாள் தேவகி.

இவ்வளவு நேரம் தேவகியைக் கண்டுக்காம இருந்த அம்மா,

"நீ யாருடி புதுசா இருக்கே?"

என்றாள் வேதனைக் கலந்த வியப்புடன்.

"அம்மா... எம் பேரு தேவகி. ஒரு காட்டுக்குள்ளச் சட்டத்துக்குப் புறம்பான, ஆண் அடையாளத்தை வெட்டி வீசரதைக் கொறஞ்சக் காசுக்கு செய்றாங்க. அந்த இடத்திலத்தான் ஆதரவற்று அனாதையா இருந்த நானும் அடைக்கலமானேன்!

அங்கத்தான் உங்கப் பொண்ணு இந்த சாவித்திரியும் வந்தா! ஆனா அங்குள்ளவங்களும், வேண்டா... இது உயிருக்கே ஆபத்தைக் கொடுக்குமுனு எவ்வளவோ எடுத்துச் சொல்லியும், அவ கேட்கல! ஒரே பிடிவாதம், எல்லாத்தையும் நான் விலாவாரியா சொல்றேம்மா!"

என்று அங்கு நடந்தைச் சொன்னாள் சாவித்திரியின் சவத்தை அங்கே கொண்டு வந்து சேர்த்த திருநங்கையான தேவகி!.

"உங்க வீட்டை விட்டுக் கிளம்பி வந்தவ... நேரா தேவை இல்லாத ஆண் அடையாளத்தை வெட்டி வீசும் இடத்துக்குத்தான் வந்தாள். நானும் அங்கேதேன் இருந்தான். அது ஆள் அதிக நடமாட்டமில்லாத காட்டுப் பகுதி!"

“அங்கு அவளைப் பார்த்ததும், அங்குள்ளவர்கள் அவளைப் புன்னகையோடு வரவேற்றனர்!”

“அவளைக் கண்ட மாத்திரத்திலேயே அங்குள்ளவர்கள் அவள் என்ன விஷயமாக வந்திருக்கிறாள் என்பதினைப் புரிஞ்சிக்கிட்டாங்க. அவளோட முழு விவரங்களயும் கேட்டு ஒரு நோட்டுப் புத்தகத்தில எழுதி வைச்சிக்கிட்டாங்க!”

“அங்கு தொலை பேசி தொடர்பு எதுவுமே இல்லை. யாரும் கை பேசியும் வச்சிக்கிடல.. எந்த விஷயமாக இருந்தாலும் மனிதர்களால்தான் நேருக்கு நேர் போய்த்தான் சொல்லனும்!”

இப்படி சொல்லிக் கொண்டு இருக்கும் பொழுதே கண்கள் கலங்கி வார்த்தைகள் வெளியே வர முடியாமல் தொண்டையை அடைத்தது.

பக்கத்தில்லுள்ளவர்கள் அங்கு இருக்கும் தண்ணீர்ப் போத்தலை எடுத்துக் கொடுத்து குடிக்க வைத்தனர். தண்ணீரைக் குடித்தத் தேவகி தொடர்ந்து சொன்னாள். “அவளுக்கு அறுத்து வீசும் முறையைச் செய்தவர்கள் வேறு இனத்து அரவாணிங்கத்தான்!” “சட்டத்துக்குப் புறம்பானதால... ஒரு காட்டுக்குள்ளே ரகசியமாக அந்த இடத்தை வைச்சிருக்காங்க! இடம் தெரியாதவங்க யாருமே அங்க போக முடியாது வர முடியாது!”

அத்தியாயம் 7

“அதுக்கு முன்னதாக அங்குள்ள மூத்த அரவாணிங்களும் அதனால ஏற்படப் போகும் பின் விளைவுகளையும் விலாவாரியா எடுத்துச் சொன்னாங்க சாவித்திரிகிட்ட!. அதுல ஒரு சிலர் செத்தும் போயிருக்காங்க என்பதையும் மறைக்காமல் அவளிடம் சொன்னாங்க!”

“அதையெல்லாம் அவ காதுல வாங்கிக்கவே இல்ல! அப்போதைய அவளுடைய எண்ணமெல்லாம், பெண்மை உணர்வோடு இருக்கும் தன்னிடம் தேவை இல்லாம ஒட்டிக்கிட்டு இருக்கிற ஆண் அடையாளத்தை அறுத்து வீசணும் அவ்வளவுதான்!”

“அந்த மூத்த அரவாணிங்கக்கிட்ட, அவ கேட்டக் கேள்வி இதுதான்” “இவ்வளோ சொல்றீங்களே!.. பிரசவத்துல ஒரு சிலர் செத்துப் போறாங்க அதுக்காக யாரும் கல்யாணம் பண்ணிக்காம இருக்காங்களா? அல்லது குழந்தயைப் பெத்துக்காமத்தான் இருக்காங்களா?”

“என்னைப் பத்து மாசம் சுமந்து பெத்தத் தாயே, என்னைப் புரிஞ்சிக்காம வூட்டைவுட்டு வெரட்டிடிச்சி. இதுக்கு மேல என்னாயிருக்கு? தயவு செய்து நீங்களும் முடியாதுன்னு சொல்லி என்னை வெரட்டிடாதீங்கம்மா…!”

“கெஞ்சினாள்… சாவித்திரி… தாமரை இலையில் தத்தளிக்கும் தண்ணீரைப் போல்… வேதனை நிறைந்த… நெஞ்சை அழுத்தும் மனச் சுமைகளோடு கண்ணீர் விட்டுக் கதறியழுதா!”

அதற்கு அங்குள்ள மூத்த அரவாணியும்! "உனது பிடிவாதம் ரொம்ப கெட்டியா இருக்கு. அதனால நம்ப கும்பிடுற பவித்திர மாதா அம்மன்கிட்டேயே உத்தரவு கேட்போம் அந்தத் தேவதையே கருணைக் காட்டினாளுன்னா உன்னோட விருபப்படியே செஞ்சிடலாம்" என்றாள் கவலையோடு.

"பவித்திர மாதாக்கிட்ட உத்தரவு கேட்க வேண்டும் என்பதற்காக, அவளை ஒரு மாசம் விரதம் இருக்கச் சொன்னாங்க. அந்த ஒரு மாசத்தில, ஒவ்வொரு வெள்ளிக் கிழமையும் பவித்திர மாதா அம்மனுக்கு அவளைப் பூஜைப் போடச் சொன்னாங்க. அவளும் பய பக்தியோடு பூஜையைப் போட்டா.!"

"நான்காவது வெள்ளிக் கிழமையும் வந்துச்சி. இதுதான் உத்தரவு கேட்க முக்கியமான பூஜை.இந்தப் பூஜையின் போது அங்குள்ள மற்ற அரவாணிகளும் அவர்கள் பங்குக்கு, பூ, தேங்காய். பழம், வெற்றிலைப் பாக்கு, என தட்டிலே வச்சிக் கொண்டு வந்து, பவித்திர மாதாவின் முன் வைச்சாங்க!"

"ஒரு மஞ்சத்துணியிலே பதினொரு வெள்ளியை வச்சி முடிஞ்சி, அதையும் அந்தத் தட்டிலே வைச்சாங்க!"

"அங்குள்ள மூத்த அரவாணியே...! ஐயரைப் போல பூஜை செய்யத் தொடங்கினாள். வேற்று இனத்தவராக இருந்தாலும், அங்கு நடக்கும் பூஜை நமது சைவ சமயக்கலாச்சாரத்தை ஒட்டியே இருந்துச்சி!"

"முதல்ல கற்பூரத்தை ஏத்தி சாவித்திரியின் கையில் கொடுத்து பவித்திரமாதாவுக்கு ஆராதனைச் செய்யச் சொன்னாங்க!"

அது மாதிரியே அவளும் பய பக்தியோடு இடமிருந்து வலமாகச் சுத்தி மேலிருந்து கீழே இறக்கினா!"

அதன் பிறகு புரோகிதராகிய அரவாணி, அவளைக் கீழே கொஞ்சம் மஞ்சள் கலந்த அரிசியைப் போட்டு, அதுக்கு மேலே ஒரு வெள்ளைத் துணியை விரிச்சிப்போட்டு, அதுக்கு மேல பலகையால் செய்யபட்ட மனைகட்டயைப் போட்டு அதில்

அமரச் சொன்னாங்க. துணைக்கு வயது குறைந்த அரவாணியான ஒருத்தியைப் பக்கத்தில் ஒட்காரச் சொன்னாங்க. அவளுக்குத் துணையாகப் பக்கத்துல அமர்ந்தவ நான்தான்.'

புரோகிதராகிய மூத்த அரவாணியும் அவக்கிட்ட,

"அம்மா... சாவித்திரி இதுதான் பூஜையிலேயே முக்கியமான இறுதிக் கட்டம், மனதை அங்கேயும் இங்கேயும் அலையவுடாம, கட்டுக்குள் கொண்டு வந்து ஒரு நிலைப்படுத்தும்மா. பதட்டம் வேணாம்!"

என்று சொன்னாள்.

"சரியம்மா" என்று சொன்ன சாவித்திரிக்கு கை, காலெல்லாம் உதறல் கண்டது. அதைக் கண்ட எனக்கு பயம் கவ்விக் கொண்டது!"

"அக்கா என்னக்கா உங்க கையி, காலெல்லாம் இப்படி உதறுது. பயமா இருக்காக்கா...?"

நான்தான் கேட்டேன். கண்களில் வந்தக் கண்ணீரைக் கட்டுப் படுத்திக் கொண்டு அழாக் கொறையாக கேட்டேன் அவளைப் பார்த்து!

"ஆமாம்... தேவகி எம் மனசை ஒரு நிலைப்படுத்த முடியல. நடப்பது நடக்கட்டும், எதுவாயிருந்தாலும் ஏத்துக்கணும், என்ற முடிவோடுத்தான் இதுல இறங்கினேன். ஆனா இப்ப எனக்கு சாந்தா அம்மாவைப் பார்க்கனும் போலிருக்கு. அவுங்க எவ்வளவோ சொல்லியும் கேட்காம, அவுகளுக்குத் தெரியாம இங்க வந்து இதைச் செய்யுறது மனச ரொம்பவே உறுத்துது...!"

"அக்கா... அத நெனைக்கிற நேரமா இது? கவலப்படாதீங்கக்கா அந்தப் பவித்திர மாதா மேல பாரத்தப் போட்டுட்டுத் தைரியம்மா இருங்கக்கா..."

என்று ஆறுதல் கூறிய எனக்கும், உடம்பு உதறத்தான் செய்தது. புரோகிதராகிய அரவாணி தொடர்ந்து பூஜையை நடத்தினாள்.

"சாவித்திரி உன்னோட இஷ்ட தேவதையை வணங்கிக்க..."

என சொன்னவள், அவளின் நெத்தியிலக் குங்குமத்தை இட்டு, தலையிலும் குங்குமத்தை அள்ளிப் போட்டவள், ஒரு எலுமிச்சைப் பழத்தை எடுத்து இடமிருந்து வலமாகச் சுற்றி, உச்சி முதல் பாதம்வரை இறக்கி, கூர்மையான கத்தியை எடுத்து அந்தப் பழத்தை நான்காக அறுத்து வீட்டின் நாலாப்பக்க மூலையிலும் வீசிவிட்டுத் திரும்பிப் பார்க்காமல் வந்து சாவித்திரியின் முன் சம்மணம் போட்டு அமர்ந்தவள்;

"சாவித்திரி... உனது இஷ்ட தேவதையை வணங்கி உத்தரவு கேளு, நானும் எங்களது இஷ்ட தெய்வமான பவித்திர மாதாகிட்ட உத்தரவு கேட்கிறேன்...

"இந்தப் பூஜையிலே வச்சிருக்கும் தேங்காயை நீதான் உடைக்கப் போறே. அது நேரா உடைஞ்சா உன்னோட அதிர்ஷ்டம்!"

"சரியம்மா நானும் முழு மனசோட அந்தப் பவித்திர மாதாவை வேண்டுறேன்!"

என்றாள் சாவித்திரி அமைதியாக.

"பவித்திர மாதா உத்தரவு குடுத்தாங்கனா அங்கே மேலே வச்சிருக்கும் பூமாலை உங்கழுத்துல விழும்... நீனு ஒடைக்கப் போற, தேங்காயும் நேரா ஒடைஞ்சிச்சின்னா அடுத்தக்கட்ட வேலையை நாங்க தொடங்குவோம். இதெல்லாம் ஒரு குறிப்பிட்ட ஒரு நேரம் வரைக்கும்தான்.

அந்தக் குறிப்பிட்ட நேரத்துக்குள்ள விழுலனா நீ மறுபடியும் ஆறுமாசமோ அல்லது ஒரு வருஷமோ காத்திருக்கணும். அதனால நல்லா மனச ஒரு நிலைப்படுத்த வேணும்...!"

என உத்தரவு போட்டவள், தன் பங்குக்கு அவளும் வேண்டினாள்.

சாவித்திரியும் "அம்மா தாயே பவித்திர மாதா தேவியே... உத்தரவு கொடு தாயே...!"

என்று கண்ணை மூடிக் கொண்டு பலம்கொண்டு கத்தினாள்'. மற்ற அரவாணிகளும் தங்களது இஷ்ட தேவதையின் பேரைச் சொல்லிக் கத்தினார்கள்.

வீடு முழுக்க சாம்பிராணிப் புகை நிரம்பியது. என்ன ஒரு மகிமை! மலர் மாலை சாவித்திரியின் கழுத்தில் விழுந்தது.

அதையடுத்து அங்குள்ள அரவாணிகள் அனைவரும் ஒரே நேரத்தில் சந்தோஷத்தால்

"லோ... லோ... லோ...!" எனச் சொல்லி, கை தட்டிக் கோசமிட்டனர்.

புரோகிதராகிய அரவாணி அடுத்த கட்ட வேலையைத் தொடங்கினாள்.

சாவித்திரிக்கும், தன்னுடைய உடம்பில் தேவை இல்லாமல் முள்ளாய் குத்திக் கொண்டிருக்கும் ஆண் அடயாளத்தை நீக்கிவிட்டு முழுமையான பெண்ணாகப் போகிறோம் என்பதனை எண்ணி மகிழ்ச்சி வெள்ளத்தில் நீந்தினாள்.

முதல் வேலையாகப் பவித்திர மாதாவின் முன் வைக்கப்பட்டிருந்த மஞ்சள் கயிற்றை எடுத்து சாவித்திரியின் கையில் காப்புக் கட்டினாள் புரோகித அரவாணி. இதுதான் சாவித்திரிக்கு பாதுகாப்புக் கவசம்.

காப்புக் கட்டியப் பிறகு மறுபடியும் இஷ்ட தெய்வங்களான பவித்திர மாதாவையும் துர்க்கை அம்மனையும் மண்டியிட்டு, கையெடுத்துக் கும்பிட்டு வணங்கினாள்.

மறுபடியும் ஒரு தடவைக்குப் பல தடவை,

"சாவித்திரி... நிஜமாவே இந்தத் தேவை இல்லாததை வெட்டி வீசறதுக்கு முழு மனசோடுதான் சம்மதிக்கிறாயா...?"

புரோகிதஅரவாணித்தான் கேட்டாள். அவளின் பேச்சில் கடுமை கலந்திருந்தது. "ஆமாம் அம்மா நான் முழு மனசோடுதான் இங்கு வந்திருக்கேன்! முடியாதுன்னுமட்டும் சொல்லாதீங்க...!"

என்று தன் ஏக்கம் கலந்த வேதனையோடு கண் கலங்கினாள்.

“இது ரொம்ப ஆபத்தானது, முரட்டுத்தனமாதான் வெட்டி எடுப்போம், பணம் இல்லாதவங்கதான் என்னைத் தேடி வருவாங்க. இதுல நெறைய பேரு செத்துருக்காங்க தெரியுமா...?”

“அப்படியே நான் செத்தாலும், பரவாயில்லம்மா நான் சாவும்போதாவது... ஆண் அடையாளம் இல்லாமல் ஒரு பொண்ணா சாவுறேனு நெனைச்சி சந்தோசப்படுவேம்மா...!”

எவ்வளவு எடுத்துச் சொல்லியும் அவள் பிடிவாதமாக இருப்பதைக் கண்டு, புரோகித அரவாணியும் அசந்துதான் போனாள்.

“எல்லாம் நம்ம கையில இல்லம்மா, நமக்கு மேல ஒருத்தி இருக்காளே அவப் பார்த்துகிடட்டும்...!”

என்று பெரு மூச்சி விட்டவள் வேலையைத் தொடர்ந்தாள்.

அன்று இரவு மணி பன்னிரண்டு, இறுதிப் பூஜை நடந்தது.

“ரொம்ப தைரியமா இரும்மா, மனம் தளரவுடாதே... எல்லாம் அந்தச் சக்தி வாய்ந்த பவித்திர மாதா பார்த்துக்குவா!”

என்று அங்குள்ள மூத்த அரவாணிகள் தைரியம் ஊட்டினார்கள்.

பூஜை முடிந்ததும் சாவித்திரியைக் காட்டின் ஒதுக்குபுறமா கொண்டு போய் நிப்பாட்டினார்கள்!”

“அங்கே ஒரு கோவில் இருந்தது. அந்தக் கோவிலின் உள்ளே ஆள் உயரத்திற்கு பவித்திர மாதாவின் சிலையும் இருந்தது.

நானும் அவளும் வியந்துதான் போனோம். அதுக்குக் காரணம் வேற்று இனத்தவரும் நம்பத் தெய்வத்தை வழிபடுவது ஆச்சரியத்திலும்... ஆச்சரியம்!.

அந்தப் பவித்திர மாதாவை நன்கு அலங்காரம் செய்திருந்தார்கள். அந்த அம்மனின் தலை முடி நிஜமான

தலை முடி. முடி அடர்த்தியாக அகலமாகப் பரப்பிவிட்டவாறு தரையைத் தொட்டது.

முகத்திலே கொடூரம் தாண்டவம் ஆடியது.

நாக்கு நீளமாக நெஞ்சுவரைத் தொங்கியது. அதிலே குங்குமத்தையும், எலுமிச்சைப் பழச்சாற்றையும் கலந்து பூசி இருந்தார்கள்.

இரண்டையும் கலந்து பூசியிருப்பதால் நிஜமாகவே ரத்தம் ஊற்றுவது போல் இருந்தது.

கையிலே தேவையான அளவு கண்ணாடி வளையல்கள். கறுப்பும், சிகப்பும் கலந்த பட்டுச் சேலை.

கழுத்திலிருந்து பாதம் வரை தொங்கும் எலுமிச்சை பழ மாலை.

நான்கு கைகள்... ஒரு கையிலே சூலாயுதம், இன்னொரு கையிலே வீரவாள், ஒரு கையிலே மலர், மற்றுமொரு கையில் மஞ்சள் குங்குமம்!"

"சொல்ல மறந்த விஷயம், அம்மாவின் காலுக்கடியில் மனிதத் தலை சிலை. அந்த மனிதத் தலையும் கொடூரமாகக் காட்சி அளித்தது!"

"அர்ச்சனைக்கு வேண்டிய எல்லாப் பொருட்களும் சீர் வரிசையாக பவித்திர மாதாவின் முன் அடுக்கி வைக்கப்பட்டிருந்துச்சி!"

"ஆண் அடையாளத்தை நீக்கப்பட்ட ஏழு மூத்தத் திருநங்கைகள் சாவித்திரியை, பவித்திரமாதாவின் முன் கொண்டு வந்து கிழக்குத் திசையைப் பார்த்து நிறுத்தினார்கள்!"

"அவள் நின்ற இடத்தில் ஒரு சின்னஞ் சிறிய குழி ஒன்று வெட்டப்பட்டுருந்துச்சி!.

"அங்கே ஒரு தாம்பாளத்தில்... பள... பளப்பான கூர்மையான கத்தியும் வைக்கப்பட்டிருந்துச்சி!"

"அங்குள்ள சூழ் நிலயைப் பார்த்த உடனே, சாவித்திரிக்கு பயத்தால் தலையைச் சுத்துன்னுச் சொன்னா!,

இருந்தாலும் ஆண் அடயாளத்தைத் தொலைத்து பெண்ணாகப் போவதை நினைத்து, அந்தப் பயம் மெல்ல மெல்ல அகன்று காணாமல்தான் போனது அவளுக்கு!"

"புரோகித அரவாணி பவித்திர மாதாவுக்குத் தீபாதரனைக் காட்டினாள்... கோவில் முழுவதும் சாம்பிராணிப் புகை மணம் பரப்பி மேக மூட்டம் போல் வெளியானது. ஊதிபத்தியின் மணம் மனத்திற்கு இதமாக இருந்தது!"

"அந்த ஏழு திருநங்கைகளுக்கு நடுவில் அவளை நிற்கவைத்து... அப்படியே கோவிலை மூன்று முறை வலம் வரச் சொன்னாள் புரோகித அரவாணி!"

கோவிலைச் சுற்றி வந்ததும் அவளின் உடைகளைக் களையச் சொன்னாள். உடைகளைக் களைந்த சாவித்திரி பிறந்த மேனியுடன் நின்றாள்!. மறுபடியும் ஏழு எலுமிச்சைப் பழத்தை எடுத்து ஒவ்வொன்றாகத் தலையிலேயே வச்சி வெட்டி, அந்தப் பழச் சாறை தலையிலிருந்து பாதம் வரை தடவியவாறே அந்த எலுமிச்சைத் துண்டுகளைக் கோவிலைச் சுற்றி நாலு மூலையிலும் வீசினாள் புரோகித அரவாணி!"

"அங்கு நடக்கும் பூஜைகளை எல்லாம் பார்க்கும் போது அவளுக்கும்... எனக்கும் மட்டும்மல்ல அங்குள்ள எல்லோருக்குமே பயமாத்தான் இருந்தது!"

"பவித்திர மாதாவுக்கு முன், பிறந்த மேனியுடன் நிற்கும் நிலையும், அங்கு நடக்கும் பூஜைகளும் அவள் உடம்பிலும் தலையிலும் எலுமிச்சை பழசாற்றின் பிசுபிசுப்பும் சேர்ந்து மின்சாரம் போல ஊடுருவிச் சென்று அவளது உடலுக்குள் ஒரு வித உணர்வை ஏற்படுத்தி மயக்க நிலையை ஏற்படுத்தியது...

அவ ளை மறந்து, அருள் வந்தவள் போல் உடலை முறுக்கினாள்!"

“அப்போது சாவித்திரியின் முகத்தையும், பவித்திர மதாவின் முகத்தையும் மாறி மாறிப் பார்த்தாள் புரோகித அரவாணி. பிறகு அவளின் பக்கத்தில் வந்து நின்று!”

“என்னை யாரென்றுத் தெரியுதா?”

என்று அவளிடம் கேட்டாள்.

“ஹீ...ம் தெரியுது. எங்களையெல்லாம் வாழ வைக்கும் சக்தி தேவி பவித்திர மாதா”

தன்னையே மறந்த நிலையில் இருந்தாள் அவள்.

“அப்போது இரண்டு திருநங்கைகள் அவளோட இரண்டு கைகளையும், ஆளுக்கு ஒரு பக்கமாகப் பிடித்துக் கொண்டனர்!”

“பிறகு அவளை அப்படியே நகர்த்தி வந்து வெட்டி வைத்திருக்கும் குழிக்கு அருகில் கொண்டு வந்து நிப்பாட்டினார்கள்!”

“அப்போது அந்தப் பவித்திர மாதாவே வந்து விட்டதைப் போல், ஆடிக் கொண்டே வந்து அங்கு வைத்திருக்கும் கூர்மையான சவரக்கத்தியைக் கையில் எடுத்தாள் புரோகித அரவாணி!”

“அவள் அந்தச் சவரக்கத்தியைக் கையில் எடுத்ததும் அங்குள்ள அத்துனை அரவாணிகளும்...

“அம்மா தாயே உலகத்தைக் கட்டிக் காக்கும் அகிலாண்ட ஈஸ்வரியே பவித்திர மாதா... எங்களுக்கு நீயே துணை. ஒங் கொழந்தை சாவித்திரியைக் காப்பாத்தம்மா தாயே...!”

எனத் திரும்பத் திரும்பச் சொல்லி கத்தி வேண்டினர்!

அத்தியாயம் 8

"புரோகித அரவாணி கண் இமைக்கும் நேரத்தில் சாவித்திரியின் ஆண் அடையாளத்தை மொத்தமாக சேர்த்து அறுத்து வெட்டி வச்சிருக்கும் குழியில் போட்டாள்!"

"உடனே பக்கத்திலிருந்த அரவாணிகள் குழியை மூடிவிட்டு, சாவித்திரியை தோளோடு சேர்த்து அணைத்துக் கொண்டனர்!"

"அவளை மெதுவாத் தூக்கிக்கிட்டுப் போய் ஒரு கட்டில்ல படுக்க வைச்சாங்க!

சாவித்திரி துவண்டு போய்க் கிடந்தாள், அவளது உடம்பிலிருந்து அதிகமான ரத்தப் போக்கினால் அப்படியே மயங்கியும் போயிட்டா!

இந்த ஆபரேசன் செய்து கொண்டவர்கள் உடனே தூங்கக் கூடாது. அப்படியேத் தூங்கினாலும் பக்கத்திலிருக்கும் மத்த அரவாணிகள் அவர்களை தூங்க விடமாட்டார்கள்.

ஆனால் சாவித்திரி அப்படியில்ல. ஆபரேஷன் நடந்த கொஞ்ச நேரத்துல மயங்கிட்டா! சாவித்திரியின் மயக்கம் தெளிய மற்ற அரவாணிகள் என்ன என்னவோ செஞ்சாங்க பலனில்லை!"

"இருந்தும் ஒரு நிமிஷம்... ஒரே ஒரு நிமிஷம், லேசாக கண்ணைத் திறந்து தன்னைச் சுத்தியுள்ள எல்லோரையும் பார்த்தாள். என்னைப் பக்கத்துலக் கூப்பிட்டு!;

"தேவகி இத்தனை நாளா என் உடம்போடு ஒட்டிகிட்டு, முள்ளு மாதிரி குத்திக்கிட்டு இருந்த ஆண் அடையாளம் என்னவுட்டுப் போயிடுச்சி. இப்ப நான் ஒரு பொண்ணுன்னு சொல்லிக்கிறதுல

எனக்கு ரொம்பப் பெருமையாவும் சந்தோஷமாகவும் இருக்கு... எனக்கு ஒடம்பெல்லாம் என்னெவோப் பண்ணுது... எனக்கு ஏதாவது ஆகிட்டா!"

என்று சொன்னவளின் குரல் மங்கியது, அவளது உடம்பும் பேனா மையைப் போல லேசாகக் கலர் மாறிப் போனது.

"அக்கா ஏன் இப்படியெல்லாம் பேசறீங்க? அக்கா உங்களுக்கு ஒன்னும் ஆவாது. பயப்படாதீங்க!.. அந்தப் பவித்திர மாதா நம்பளக் கைவுடமாட்டா தைரியமாஇ ருக்கா... புதுசா வெட்டியிருக்காங்கல எல்லாம் போகப் போகச் சரியாயிடும்!"

என்று எனது சோகத்தையும் வேதனையையும் மறைத்துக் கொண்டு ஆறுதல் சொன்னேன்!"

"இல்ல தேவகி அப்படியே... எனக்கு ஏதாவது ஒன்னு ஆயிட்டா... என்னை நான் உங்கிட்டக் கொடுத்திருக்கிற முகவரியில இருக்கிற சாந்தா அம்மாகிட்ட என்னைக் கொண்டுச் சேர்த்துடு. நீயும் அங்கேயே இருக்கிறதுன்னாக் கூட... அம்மாவோட அனுமதியோட அங்கு இரு! அம்மா உன்னை நல்லா பார்த்துக்குவாங்க!"

"என்று பேசிக்கிட்டே இருந்த சாவித்திரியின் உயிர் உடலை விட்டுப் பிரிஞ்சிடுச்சி!"

அதைக் கண்டு நான் உறைஞ்சித்தான் போனேன்.

"அங்கே யாரவது இறந்துட்டா, அங்கேயே குழித் தோண்டிப் புதைப்பதைத்தான் வழக்கமாகக் கொண்டிருந்தாங்க! அதற்கான எற்பாடும் நடந்து கொண்டிருந்தது!"

"அங்குள்ள மூத்த அரவாணிகளிடம் விவரத்தைச் சொன்னேன், அவர்களும் முடியாதுன்னு மறுப்புச் சொன்னாங்க!"

"அதெல்லாம் முடியாது... இந்தப் பொணம் வெளியே போன்னா போலீசு அது... இதுன்னு வரும்... அதுக்கெல்லாம் யாருபதிலைச் சொல்றது!

"நானும்... கெஞ்சிக் கூத்தாடினேன், மூத்தத் திருநங்கைகளிடம்!"

“அம்மா... தயவு செய்து பெரிய மனசுப் பண்ணி சாவித்திரியோட ஆசையை நிறைவேத்துங்கம்மா... இதனால எந்த இடைஞ்சலும் வராம நான் பார்த்துக்கிறேன்!.

அப்படியே பிரச்சனை வந்துச்சினா உங்களை யாரையும் காட்டிக் கொடுக்க மாட்டேன்! அவசொந்தமா இப்படிப் பண்ணிகிட்டான்னு சொல்லிச் சமாளிச்சுக்கிறேன்... இது சத்தியம்மா... என்னை நம்புங்கம்மா!”

ஒரு வழியா அவுங்களச் சமாதானப் படுத்திச் சம்மதிக்க வச்சேன்!.

அதன் பிறகு சாவித்திரியின் உடலை ஒரு பெட்டியிலே போட்டு என்னை எடுத்துட்டுப் போவச் சொல்லி அனுப்பி வைச்சாங்க!.

சாவித்திரி ஆசைப் படியே... அவளை நான் ஒங்ககிட்டக் கொண்டு வந்து சேர்த்திட்டேன்!”

என நடந்ததைப் பூரா... விலாவாரியாச் சொன்ன தேவகியின் கண்களில் கண்ணீர் கசிந்தது!.

அன்று பல சிரமங்களுக்கிடையே பல இன்னல்களையும் தாண்டி, சாவித்திரியின் உடலைத் தன்னிடம் கொண்டு வந்து சேர்த்த தேவகியை தன் மார்போடு அணைத்துக் கொண்டாள் சாந்தா!.

சாவித்திரியின் சவ அடக்கத்திற்கு பிறகு, தேவகியைத் தன்னோடே வைத்துக் கொண்டாள்!.

சாவித்திரியையும் அவளுக்கு நடந்த கோரச் சம்பவத்தையும் நினைத்து தன்னையே மறந்து கலங்கிப் போய் கண்ணீரால் தன் மார்பை நனைய வைத்துக் கொண்டிருந்த... சாந்தாவைத் தட்டி எழுப்பியது ஒரு குரல்.

அவள் வேறு யாருமில்லை சாந்தாவை அடைக்கலமாய் தேடி வந்திருக்கும் திருநங்கை தேவகிதான்.

"அம்மா உங்களை எங்கெல்லாம் தேடறது? போங்கம்மா உங்களக் காணாம நான் பயந்தே போயிட்டேன் போங்க!"

என்றாள் கவலைத் தோய்ந்தக் குரலில். "இல்லம்மா ஹேமாவுக்கு, ஆபரேசன் முடிய எட்டு மணி நேரமாவுமுனு டாக்டர் சொல்லிட்டாரு! அதான் இங்க வந்து ஒக்காந்தேன். ஒக்காந்தோன என்னைப் பாழாப் போனப் பழைய எண்ணங்கள்... சும்மாவா வுட்டிச்சி...!"

"அப்படி என்னம்மா... உங்கள அல கழிச்ச அந்தப் பாழாப் போன எண்ணம்? எங்கிட்டயும்தான் கொஞ்சம் சொல்லுங்களேன்!"

ஆவலோடு கேட்டாள்.

"ஆமாம் கல்லுக்குள்ள சிலையொன்னு தூங்கிக் கெடக்குதாம்! சின்ன உளி ஒன்னு அதைக் தட்டித்... தட்டித் எழுப்புதாம்' அடிப்போடி!" என்று சொன்ன சாந்தாவைப் பார்த்து;

"அம்மா நீங்க இப்படிப் பினாத்துறது எனக்கு ஒன்னுமே புரியலப் போங்க!"

அவள் குழம்பிப் போய் ஆவலுடன்கேட்டாள்.

"அடிப் போடிக் கண்ணத் தொறந்திருந்தா காட்சியாய் வந்து கண்ணா மூச்சிக் காட்டுது, கண்ணை மூடிக் கெடந்தா கனவா வருது! வேற என்னா எண்ணம்...?

எல்லாம் எம் மவ சாவித்திரியைப் பத்தின விஷயம்தான். அவ மட்டும் அன்னிக்கு எம் பேச்சைக் கேட்டுக் கொஞ்சம் பொறுமையா இருந்திருந்தானா இப்ப வருத்தப்பட்டு என்னாப் பண்றது? எல்லாம்போச்சி!"

சொன்னவள் அங்கேயே ஒப்பாரி வைத்தாள்.

"அம்மா அழுவாதீங்கம்மா இது ஆஸ்பத்திரிம்மா அப்பறம் பார்க்கிறவங்க நம்பளத் தப்பா நினைச்சுடப் போறாங்க அழாதீங்கம்மா யாரு யாரு தலையிலே என்ன எழுதியிருக்கோ

அது மாதிரித்தானே நடக்கும். அதையெல்லாம் தடுத்து நிறுத்த நானோ... நீங்களோ யாரும்மா?"

என்று சொன்னவளின் மை வடித்த கண்ணிரண்டும் கலங்கின.

"முடியலம்மா தேவகி... என் இதயத்தின் ஓசை தூங்க மாட்டேங்குது! பெத்தாதான் புள்ளையா? நீங்க எல்லாரும் எம் புள்ளங்கத்தானே? எம்... புள்ளைக்கு நடந்ததை நெனச்சி நான் எப்படி வேதனைப்படாம இருக்க முடியும்?"

என்று சொன்ன அவளது பாசம், அன்னை என்னும் கடல் கடந்து, அதனையும் தாண்டிச் சென்றது.

"ஏம்மா நடந்ததை எல்லாம் நல்லதுக்குனு நாம ஏன் நினைக்கக் கூடாது... சாவித்திரி அவளோட இறப்பிலும் பல பேருக்கு நல்லதைச் செஞ்சிட்டுப் போயிருக்கிறதாதான் நான் நெனைக்கிறேம்மா!"

"நீ என்னாடிச் சொல்ற? நான் வேதனையில அழுதுகிட்டு இருக்கேன். அவ நல்லதச் செஞ்சிருக்காளா? உனக்கென்னப் பித்துக் கித்துப் புடிச்சிருச்சா?"

"ஆமாம்மா... அவளோட உயிரைக் கொடுத்து மத்தவங்களுக்கு விழிர்புணர்வை ஏற்படுத்தியிருக்கா தெரியுமா உங்களுக்கு?"

"எதவச்சி நீ அப்படிச் சொல்ற?"

"ஆமாம்மா... இதைக் கேள்வி பட்டவங்களும் சரி கேட்கிறவங்களும் சரி... நிச்சயம்மா சொல்றேம்மா இந்தச் சட்டத்துக்குப் புறம்பான வெட்டி வீசரத இனிமே பண்ணிக்கவே மாட்டாங்கம்மா!"

"அதத்தாண்டி அன்னிக்கு நானும் அவகிட்ட சொன்னேன். இது என்னா புதுசாவா நடக்குது? இது காலங்காலமா நடந்துக்கிட்டுத்தான் இருக்கு. கொஞ்ச காலத்துக்கு முன்னாலயே இந்த நவீன மொறையில செய்யற ஆபரேஷனல்லாம் வந்துடிச்சி என்னா ஒன்னு நம்ம கிட்ட அவ்வளோ காசு இல்ல... அதச்

செய்யறதுக்கு!. இப்ப நெனைச்சி என்னாப் பண்றது...? அவப் போயிச் சேர்ந்துட்டா மவராசி. ஹீம்.... மழையோடு நான் கரைஞ்சதுமில்ல! வெயிலோடு நான் உருகியது மில்ல, ஆனா அவ நெனப்பு மட்டும், என்னைத் தீயா வாட்டுது நான் என்ன செய்ய?!"

என்று சொன்ன சாந்தா ஒப்பாரி வைத்தாள்.

"அம்மா அங்க பாருங்க நம்மளப் பார்த்துக்கிட்டே ஒரு மிசி வர்றாங்க கண்ணெல்லாம்தொடச்சிக்கங்க. இப்படி அழுவறதைப் பார்த்தாங்கனா தப்பா நினைச்சுடுவாங்க!"

"ஏண்டி அவுக நம்பளத் தேடி வர்றாக? ஐயோ... எம் மவ ஹேமாவுக்கு என்னாச்சோ தெரியலையே? ஐ...யையோ நான் என்னா பண்ணுவேன்?" மீண்டும் ஒப்பாரி வைத்தாள்.

"அம்மா அந்த மிசி என்னா விஷயமா வர்றாங்களோ தெரியல? அதுக்குள்ள எதை எதைய்யோ சொந்தமா கற்பனை பண்ணிகிட்டு? ஏம்மா அழுவறதைக் கொஞ்சம் நிப்பாட்டுங்கம்மா அவுங்கப் பக்கத்துல வந்துட்டாங்கம்மா!"

தேவகித்தான் சாந்தவைச் சமாதானப் படுத்தினாள்.

"ஹல... மேடம் சாந்தா நீங்கத்தானே?"

என்றாள் அன்பும் அடக்கமும் ஒருங்கே பெற்ற தமிழ்த் தாதி அர்ச்சனா. அவளின் தன்னடக்கம் திருநங்கைகளான சாந்தாவையும்... தேவகியையும் வெகுவாகக் கவர்ந்தது.

"ஆமா நான்தான் சாந்தா என்னம்மா விஷயம்...? எம் பொண்ணு ஹேமா எப்படி இருக்கா?"

"அதை சொல்லத்தான் மேடம் நான் இங்கு வந்தேன்... அவுகளுக்கு ஆபரேசஷன் நல்லபடியா முடிஞ்சிருச்சி ஆனால்!"

"ஆனா என்னம்மா?"

சாந்தா பதறித்தான் போனாள்.

"பயப்படாதீங்க டாக்டர் உங்களைப் பார்க்கனும்மாம். அதான் சொல்லி அழைச்சுட்டுப் போலாமுனு வந்தேன்!"

அந்த தாதி சொல்லி முடித்தவுடன்;

"சரி சரி வாங்கப் போலாம்!"

எனச் சொல்லி, மூவரும் அங்கிருந்து கௌம்பி ஹேமா இருந்த அறையை நோக்கி போனார்கள்.

அவர்களைப் பார்த்த டாக்டரும் மலர்ந்த முகத்தோடு அவர்களை வரவேற்றார்.

"வாங்க மேடம். உங்க பொண்ணுக்கு ஆபரேஷன் சக்சஸ்சாக நடந்து முடிஞ்சிருச்சி... இனிமேல பயப்படத் தேவை இல்லை. ஆபரேஷன் பண்ணி ஆண் அடையாளத்தை நீக்கிட்டோம்... அதே சதையை வச்சி பிளாஸ்டிக் சர்ஜரி மூலம் உங்க பொண்ணுக்கு பெண்ணுக்குரிய அடையாளத்தையும் உருவாக்கி இருக்கிறோம்!"

"அப்படியா ரொம்ப சந்தோஷம் டாக்டர்"

இதைக் கேட்ட சாந்தாவுக்கு, வானத்திலிருக்கும் முகிலைக் கண்டு, கான மயில் களித்தாடுவது போல் இருந்தது.

"உடல் நலமானப் பிறகு...

அவள் ஒரு ஆணைத் திருமணம் செய்து கொண்டு ஒரு முழுமையானப் பெண்ணாக வாழ முடியும்!"

"அப்படியா கேட்கவே ரொம்ப சந்தோஷமா இருக்கு டாக்டர். காலம் எவ்வளவோ முன்னேறியிருக்கு!" "ஆனால் மேடம் உள் அவயங்களான கருப்பை சினைப்பை போன்ற உறுப்புகள் இல்லாததால் அவங்களால குழந்தைப் பெற்றுக் கொள்ள முடியாது. இன்னும் உங்கப் பொண்ணு மயக்கத்திலத்தான் இருக்கிறாள். மயக்கம் தெளிஞ்சொடன நீங்க அவளைப் போயிப் பார்க்கலாம்!"

இதைக் கேட்டதும் சாந்தாவுக்கு, சந்தோஷம் தாங்க முடிவில்லை. ஆஸ்பத்திரி என்றுகூடப் பார்க்கமல், பக்கத்தில்

நின்று கொண்டிருந்த தேவகியை அலாக்காகக் தூக்கிக்கொண்டு சுத்தினாள்.

டாக்டரும், அவர்களின் சந்தோஷத்தைக் கண்டு ஆச்சரியப்பட்டுத்தான் போனார்.

“இதுக்கே இவ்வளவு சந்தோஷப்படறீங்கன்னா? இன்னும் கொஞ்ச நாளுளப் பாருங்க உலகமே திரும்பிப் பார்க்கிற மாதிரி மருத்துவ உலகம் சாதிக்கப் போவுது, மருத்துவத்துறையின் வளர்ச்சியை என்னவென்று சொல்றது, அதோட வளர்ச்சி சொல்லில் அடங்காது!”

என்று பெருமையாகச் சொன்னார்.

அவர் அப்படி சொன்னது, சாந்தாவுக்கு புரியாமல்,

“அப்படி என்னத்தச் சாதிக்கப் போவுது டாக்டர்?!”

என்று வியப்புடன் கேட்டாள் சாந்தா.

“என்னம்மா... நீங்க? ஹேமாவுக்கு அறுவை சிகிச்சைப் பண்ணி ஒரு பொண்ணா ஆக்கிட்டோம், இப்போ அவளுக்கு, சினைப்பையும், கர்ப்பப்பையும்தான் இல்லை. இன்னும் கொஞ்ச நாளுள அதையும் வச்சி, மற்றவர்களின், கருவை எடுத்து, அந்தக் கர்ப்பப் பையிலே வளரவிட்டு, அந்தக் குழந்தையை, அவர்களே பெற்றெடுத்து, தாயாகும் பாக்கியமும் கிடைக்கலாம், மருத்துவ உலகில் எவ்வளவோ அதிசயங்கள் நடந்துகிட்டுத்தான் இருக்கு! அதிலே இதுவும் ஒன்னாகலாம், பொறுத்திருந்து பார்ப்போம்!”

என்று மகிழ்சிப் பொங்க சொன்னார் டாக்டர்.

“அப்படியே அதுவும் நடந்தா எங்கள் பாலினத்திற்கு சந்தோஷம்தான் டாக்டர்.

“எனக்கு ஒன்னுமட்டும் புரியல டாக்டர்?!”

பச்சை குழந்தையைப் போல் டாக்டரைப் பார்த்துக் கேட்டாள் சாந்தா.

“என்ன மேடம்? கேளுங்க எனக்குத் தெரிஞ்சா நான் சொல்றேனே!” விழிகளைச் சுழற்றி வியப்போடு கேட்டார்.

“ஏன் டாக்டர் நாங்கல்லாம் இப்படிப் பொறக்கிறதுக்க் என்ன காரணம்?”

“என்ன மேடம் என்னைத் திக்கு முக்காட வைக்கிறீங்களே!” “இல்ல டாக்டர் எனக்குத் தெரியல அதான் உங்களக் கேட்கனும்னு தோணுச்சி கேட்டேன்!”

என்றாள் பரிதாபமாக.

தொடர்ந்து பேசினாள் திருநங்கை சாந்தா.

“நாங்கல்லாம் இப்படிப் பொறக்கிறதுக்கு முன்னோர்கள் மூதாதையர்கள் செய்த பாவம் கர்மவினை, அப்பறம் கடவுள்வுட்ட சாபம், அப்படினுல்லாம் ஒரு சிலர் பேசிக்கிறாங்க அதெல்லாம் நெசமா டாக்டர்?”

தான் கேட்டக் கேள்விக்கெல்லாம் நல்ல பதில் கிடைக்குமா? என்று ஆவலோடு டாக்டரின் முகத்தைப் பார்த்தாள்.!

“மேடம்... அந்தக் காலம் தொட்டு இந்தக் காலம்வரை உலகம் எவ்வளவோ வளர்ச்சிக் கண்டிருக்கு!”

அத்தியாயம் 9

என்று சொல்லிச் சாந்தாவின் முகத்தை ஆச்சரியத்தோடு பார்த்தார்.

ஆமாம்... ஆமாம் இந்த நிமிஷம் இருக்கிறது, நாளைக்கு இல்லை காலம் ஒவ்வொரு நிமிஷமும் மாறிகிட்டுத்தான் வருது!"

என்று பதிலுக்கு விரக்தியோடு சொன்னாள். "அதோட மட்டு மல்லாம அதோட முழு பலனையும் நாம அனுபவிச்சிகிட்டுத்தான் இருக்கோம் மேடம். உங்க மாற்றுப் பாலினமான திருநங்கைகளும் நிறையவே அனுபவிச்சிகிட்டுத்தான் இருக்காங்க....!"

"ஆமாம் டாக்டர்... நீங்கச் சொல்லறது நெசந்தான் நான் ஒத்துக்கிறேன்!"

"உங்களைப் போல பிறழ்வு நிலை பிறப்புக்கு பெற்றோர் காரணமில்லை..., விதியுமில்லை, வினையுமில்லை, கர்மவினையுமில்லை, கடவுளின் படைப்பும் இல்லை, மூதாதையர்கள் விட்ட சாபமும் இல்லை, பழி தீர்க்கும் பாபமும் இல்லை!"

"அப்படி எதுவுமே இல்லையினா எங்க பொறப்புக்கு என்னத்தான் காரணம் டாக்டர்?"

மனசு கனத்துப் போய், அழாக் கொறையாக் கேட்டாள்.

"இதுக்கெல்லாம் காரணம் ஜீன்ஸ் குரோமோசோம்... ஹார்மோன்களின் விந்தைகள்தான். உங்களைப் போல பிறப்புக்குக் காரணம்.

தாயின் கருவறையிலே எல்லா குழந்தையைப் போலத்தான் இந்தக் குழந்தையும் உருவாகிறது. அப்போ சிசு வளரும் காலத்தில்

ஆண் ஹார்மோன்னான “டெஸ்டோடிரான்” சுரந்தாலும் உடல் அதை உணர்ந்து சரியான முறையில் அதை ஏற்றுக் கொள்ளாவிட்டால் விளைவுகள் விபரீதமாக முடியும். அதாவது ஆண் உருவில் பெண்ணின் உணர்வோடு மாற்று பாலினமாக பிறந்து விடுகிறது. இதை எங்கள் மருத்துவச் சான்று படி “ஆண்ட்ரோஜன் சென்சிடிவ்” என்று நாங்கள் சொல்கிறோம்.! இதைப் பத்திப் பேசினா பேசிக்கிட்டேப் போகலாம். இப்ப கொஞ்சம் வேலையா இருக்கேன். இன்னொரு நாளைக்கு நேரமிருந்தா வாங்க இன்னும் விரிவா சொல்றேன். அப்பறம் இன்னிக்குத்தான் ஆபரேசன் பண்ணியிருக்கு, இன்னும் ஒரு வாரம் கழிச்சிப் பார்ப்போம், குணமாகிட்டா அப்போ நீங்க கூட்டிக்கிட்டுப் போகலாம்!”

அனுதாபத்தோடே விடை கொடுத்தார் டாக்டர்.

தினந்தோறும் ஹேமாவை மருத்துவமனையில் வந்து பார்த்துச் சென்றார்கள் சாந்தாவும் அங்குள்ள திருநங்கைகளும்.

ஒரு வாரம் கழித்து டாக்டரும் சாந்தாவை அழைத்து; “மேடம் இப்ப இன்னிக்கு உங்க பெண்ணை நீங்க அழைச்சுட்டுப் போலாம் நான் சொன்னது எல்லாத்தையும் கவனத்துல வச்சுகிட்டு பத்தரமாப் பாத்துக்குங்க... என்ன சரியாம்மா? இருந்தாலும் இன்னும் ஒரு மாசத்துக்கு இங்கேயே வந்து டிரேட்மெண்ட் எடுத்துக்குங்க. அதான் நல்லதா எனக்குப் படுது!”

என்று ஆலோசனையும் கூறினார்.

சாந்தாவும் டாக்டர் சொன்னதை ஆமோதித்தார்.

அந்த நேரம் லேசாக இருட்டத் தொடங்கியது! கீழ் வானில் முழு நிலா கிளர்ந்தது. நிலவும், டாக்டரின் கனிவானக் குரலும், சாந்தா உட்பட அங்குள்ள அனைத்துத் திருநங்கைகளுக்கும் இதமாக இருந்தன.

முள்ளாய் உறுத்திக் கொண்டிருந்த ஆண் உறுப்பை ஆப்ரேஷன் மூலம் அகற்றிவிட்டு, வந்த ஹேமாவின் முகத்தில் புதுப் பொலிவு, புது அழகு, புது நாணம் காணப்பட்டது.

உறுப்பு மாற்று செய்வதற்காகத் தாய்லாந்துக்குப் போய் நவீன பிளாஸ்டிக் சர்ஜரி மூலம் பெண்ணுக்குரிய உருப்பைப் பெற்று நளினமாகக் காட்சி அளிக்கும் ஹேமாவை தன் சொந்த மகளைப் போல் பக்கத்திலிருந்தே கவனித்துக் கொண்டாள் திருநங்கை சாந்தா.

மருத்துவமனையிலிருந்து, நேராக, வைஷ்ணவி வீட்டுக்குத்தான் ஹேமாவை அழைத்துச் சென்றாள் அரவாணித் தாய் சாந்தா.

அவர்களை அன்புடன் வர வேற்றாள் வைஷ்ணவி.

அதோடு நின்று விடாமல் புதுப் பெண்ணை வரவேற்பது போல் இன்னும் இரண்டு பெண்களை ஆளங் கலந்த ஆரத்தித் தட்டு எடுத்து வரச் சொல்லி அவர்களோடு இவரும் சேர்ந்து மூவருமாக இடமிருந்து வலமாக... வலமிருந்து இடமாகச் சுத்தி உச்சந் தலையிலிருந்து பாதம் வரை மேலிருந்து கீழ் இறக்கித் திருஷ்டி கழித்து முச்சந்தியில் கொண்டு போய் ஊற்றினார்கள்.

ஆணாக இருந்த நான், அறுவை சிகிச்சையின் மூலம்,

முழுமையான பெண்ணாக ஆனேன்.

இப்போ ஆணின் உணர்வு என்னை விட்டுப் போய் விட்டது. பெண்ணின் தனித் தன்மை என்னை வழி நடத்திச் சென்றது.

நெல்லுக்குள்ளே மணியையும், நெருப்புக் குள்ளே ஒளியையும், வைத்து சிற்பிக்குள்ளே முத்தையும், வைத்த இறைவன் எனக்குள்ளும் இத்தனை அழகையும் உணர்ச்சிகளையும் வைத்திருக்கிறான் என்பதை நினைக்கும் பொழுது எனக்கு மலைப்பாகவே இருந்தது.

இப்போ பெண்ணுக்கே உரிய அச்சம், மடம், நாணம், பயிர்ப்பு, அனைத்தையும் பெற்று வாழ்ந்துகொண்டிருக்கிறேன்... என்று நினைக்கும் பொழுது எனக்கு ரொம்பப் பெருமையாக இருக்கு.

இந்தப் பெருமை எல்லாம், அம்மா சாந்தாவைத்தான் சேரும்.

என்னைப் பெற்று எடுத்தத் தாய் ஒருத்தி! ஆனால் என்னைப் பெண்ணாக்கியவள் அம்மா சாந்தா.

இந்த நேரம் தொட்டு கருவிலே பத்து மாதம் சுமந்து பெற்ற என் தாய் என்னை மகளாக ஏற்றுக் கொள்வாரா?

என் தந்தை மகளே என்று ஆரத் தழுவிக்கொள்வாரா?

எனது உடன் பிறப்புக்கள், என்னைச் சகோதரியாய் ஏற்றுக் கொள்வார்களா?" ஏங்குகிறேன் உறவைத் தேடி!"

மருத்துவமனையிலிருந்து வந்து ஒரு மாதங் கழித்து, பரிசோதனைக்காக மறுபடியும் டாக்டரைக்காண... ஹேமாவை சாந்தாவும், வைஷ்ணவியும் அழைத்துப் போனார்கள்.

டாக்டரும் ஹேமாவைப் பரி சோதனைச் செய்து பார்த்துவிட்டு!

"ஹீம்... ஹேமாவுக்கு இவ்வளவு சீக்கரம் புண்ணெல்லாம் ஆறிக் குணமாவுன்னு நான் நெனைக்கல. இந்தச் சூழ் நிலையில நீங்க தூரப் பயணம்கூடச் செய்யலாம். அதாவது நீங்க உங்க நாட்டுக்குக் கூடப் போகலாம். தூரப் பயணம் செய்வதால பிரச்சனை ஏதும் வர வாய்ப்பு இல்லை... இருந்தாலும் ரொம்ப ரொம்ப கவனமாக இருக்கோணும். தண்ணியிலே எல்லாம் அதிக நேரம் இருக்கக் கூடாது, இந்த நேரத்துலத்தான் அதிகத் தாகம் எடுக்கும், அதுக்காக விரும்பியமட்டும் தண்ணியைக் குடிக்கக் கூடாது, ரொம்ப பத்தியமா இருக்கோணும் புரிஞ்சதாம்மா?"

என்றுதான் செய்த வெற்றிகரமான ஆப்ரேஷனை எண்ணி அளவிட முடியாத சந்தோஷத்தை திருநங்கைகளான சாந்தாவிடமும், வைஷ்ணவியிடமும் சொல்லிச் சந்தோஷப்பட்டார் டாக்டர். "ரொம்ப ரொம்ப சந்தோஷங்க டாக்டர். உங்களுக்கு எப்படி நன்றிச் சொல்றதுன்னே தெரியல?"

ஒரு தாயிக்கே உரிய பெருமிதத்தோடு சொல்லி டாக்டர் செல்லையாவைப் பார்த்தாள்.

"மேடம் நீங்க உங்க நாட்டுக்குப் போனப் பிறகும்... ஒரு மாசத்துக்கு ஒரு தடவை ஹேமாவை மருத்துவ பரிசோதனக்கு, அழைச்சுட்டுப் போங்க... எந்த ஆஸ்பத்தரிக்கு எந்த டாக்டரை பார்க்கனுங்கிறதை கடிதத்திலே எழுதிக் கொடுக்கிறேன். அங்கப் போயி அவரைப் பாருங்க. அதையும் மீறி ஏடாக்கூடமா ஏதாவது ஆகிட்டா அதாவது ரத்தப் போக்கு அதிகமானலோ அல்லது சீழ் பிடிச்சாலோ நீங்க உடனடியா டாக்டரைப் போய்ப் பாருங்க...!"

"உங்க லெவலுக்கு அங்கே வைத்தியம் பார்க்க முடியுமா டாக்டர்...?"

மன சஞ்சலத்தோடு கேட்டு வைத்தாள்.

"என்னா மேடம் இப்படி கேட்டுட்டீங்க...? உங்க நாட்டுலேயும்... எனக்கு தெரிஞ்ச தெறமைச் சாலியான டாக்டர்களும் இருக்காங்கம்மா...!"

அதை அழுத்தமாகவும் ஆணித்தரமாகவும் சொன்னதைக் கேட்டு சாந்தா ஒரு கணம் வியந்துதான் போனாள்.

திறமைச்சாலியான டாக்டர்கள் நம்ப நாட்டுல இருந்தும் இந்த மாற்றுப் பாலின அறுவைச் சிகிச்சைக்காக ஏன் நம் மக்கள் அடுத்த நாட்டுக்குப் போகிறோம்... போகிறார்கள்?

சிந்திக்கவே செய்தாள் திருநங்கை சாந்தா. சிந்தித்தவள், டாக்டரைக் கேட்டேவிட்டாள். "ஏன் டாக்டர்? திறமைசாலியான டாக்டர்கள் எங்க நாட்டிலேயும் இருக்கிறதாச் சொல்றீங்க. அப்படி இருக்கும் போது ஏன் எல்லாரும் தாய்லாந்துல இருக்கிற உங்களைத் தேடி இங்கு வர்றாங்க? எனக்கு ஒன்னுமே புரியல போங்க...!"

என்றாள் குழந்தைத்தனமாக.

இதைக் கேட்ட அவருக்கு சிரிப்புத்தான் வந்தது. வந்த சிரிப்பை வாயினுள்ளே வைத்துப் பூட்டிக் கொண்டு,

"மேடம் உங்களுக்கு ஞாபகம் இருக்கா? நீங்க முன்பு ஒரு தடவை கேட்ட கேள்விக்கே நான் இன்னும் பதிலே சொல்லல.

அதுக்குள்ள இன்னொருக் கேள்வியா? ஹீம் சொல்றேன்... எல்லாம் பணப் பிரச்சனைத்தான். அங்க இந்த அறுவைச் சிகிச்சையைச் செஞ்சிருந்தா இங்கச் செலவுப் பண்ணுன மாதிரி நீங்க ரெண்டு மடங்கு செலவுப் பண்ணியிருக்கனும், இப்ப அதுல பாதித்தான் உங்களுக்குச் செலவு. அதனாலத்தான் நெறையப் பேரு இந்த நாட்டுக்கு எங்களத் தேடி வற்றாங்க. நீங்களும் அதனாலத்தானே இங்கே வந்தீங்க? உங்கக்கிட்டயும் பணமிருந்திருந்தா நீங்களும் இங்கே வந்திருக்கமாட்டீங்கத்தானே?"

என்று சொல்லிய டாக்டரின் முகத்தில் முல்லைப் பூவைப் போல சிரிப்பு மலர்ந்தது.

சிரித்த வண்ணமே தாதியரைக் கூப்பிட்டு, தன் மேஜை மீது எழுதி வைத்திருக்கும் டாக்டர் வேணுகோபாலின் முகவரியை எடுத்து வரச் சொன்னார்.

தாதியும் மேஜை மீது வைத்திருக்கும் டாக்டர் வேணுகோபாலின் முகவரியை எடுத்து வந்து அவரிடம் கொடுத்தாள்.

டாக்டரும் அந்த முகவரியை வாங்கி, அதை சாந்தாவிடம் கொடுத்து மீண்டும் ஞாபகப் படுத்தினார்.

"மேடம்... மறுபடியும் கவனமா கேளுங்க... ஹேமாவுக்கு ஏடாக்... கூடமா ஏதாவது ஆச்சின்னா உடனே அங்குள்ள டாக்டர் வேணுகோபாலைப் போய்ப்பாருங்க... நானும் அவருக்குத் தொலைபேசி வழியாக, விஷயத்தைச் சொல்லிடுறேன்...!"

இதைப் போல் இன்னும் பல பயனுள்ள ஆலோசனைகளை ஹேமாவிடமும், சாந்தாவிடமும் சொல்லி முடித்தார்.

அவர் சொல்வதையெல்லாம் கவனமாகக் கேட்டு அவர்களும் விடை பெற்றனர்.

பிறகு மருத்துவமனையிலிருந்து, திருநங்கை வைஷ்ணவியின், வீட்டுக்கு வந்து தாயகம் திரும்பும் வரை இருந்துவிட்டு, அவர்களிடமும் பிரியாவிடை பெற்று, தாயகம்

திரும்பினர். உறுப்பு மாற்று அறுவை செய்வதற்காக, தாய்லாந்து நாட்டுக்குப் போய் நவீன அறுவை சிகிச்சை மூலம் பெண்ணுக் குரிய 'உறுப்பைப் பெற்று, நளினமாகக் காட்சி அளிக்கும் 'ஹேமா' வை, தான் பத்து மாதம் சுமந்து பெற்ற தன் சொந்த மகளைப் போல் பக்கத்திலிருந்தே கண்ணும் கருத்துமாய்க் கவனித்துக் கொண்டாள் சாந்தா!.

தாய்லாந்து நாட்டிலேயே, அறுவைச் சிசிச்சை முடிந்து, பதினோராவது நாள், நலுங்கு செய்து தலைக்குத் தண்ணி ஊத்த வேண்டும் என்ற சம்பிரதாயம் இருந்தது.

அதன் படியே மற்ற அரவாணிகளுக்கும் சொல்லி அனுப்பி அவர்களின் உதவியோடு தண்ணீர் ஊற்றும் நிகழ்ச்சிக்குத் தயார்ப் படுத்தினாள் வைஷ்ணவி.

ஹேமாவுக்கு நலுங்கு வைத்து, தலைக்குத் தண்ணீர் ஊற்றி பிறகு மஞ்சள் நீரால் குளிப்பாட்டி, புதுச் சேலையை அணியச் செய்தார்கள்.

இதே போல் இருபத்தி ஒன்றாவது நாளும், முப்பத்தி ஒன்றாவது நாளும் இந்தச் சடங்கை நடத்தினார்கள்.

இதையெல்லாம் தாய்லாந்து நாட்டிலேயே நடத்தினார்கள்.

அதோடு நின்று விடாமல், மலேசியாவுக்கு வந்த பிறகு, ஹேமாவை முழுமையான பெண்ணாக அங்கீகரிப்பதற்காகப் பால் ஊற்றும் சடங்கும் நடத்தினார்கள்.

அந்தச் சடங்கு நாற்பதாவது நாள் வெகு விமர்சையாக நடத்தப்பட்டது.

அந்த நாற்பது நாளைக்கும் பத்தியச் சாப்பாடுதான் ஹேமாவுக்கு. அந்த நாள் தொட்டு ஹார்மோன் சுரபி மாத்திரைகளையும், சாப்பிட்டு வந்தாள்.

'ஹேமா' பெண்ணுக் குறிய முழு தன்மையையும் பெற்றுவிட்டாள்! ஆனால் குழந்தையை மட்டும் பெற்றுக் கொள்ள முடியாது.

உறுப்பு மாற்று செய்த நாற்பதாவது நாள், பாலூற்றும் சடங்கை வெகு விமர்சையாகச் செய்ய ஏற்பாடுச் செய்தாள் அம்மா சாந்தா.

பிறப்பிலேயே பெண்ணாகப் பிறந்தவள் பூப் பெய்து விட்டால் செய்யும் சடங்கைப் போலத்தான் இந்தச் சடங்கும் ஆனால் அதை விட வெகு விமர்சையாகத், தன் தொண்டு இல்லத்திலயே திறந்த வெளியிலேயே பந்தலைப் போட்டு உறுமி மேள... தாள முழக்கத்தோடு வெகு விமர்சையாக ஏற்பாடு செய்திருந்தாள் சாந்தா.

அந்த உறுமி மேள இசைக் குழுவும் திருநங்கைக் குழுவே இசைத்து ஆடிப் பாடிக் கும்மாளம் அடித்துச் சிறப்புச் சேர்த்தார்கள்.

அதே சமயத்தில், மற்ற இடங்களில் வாழும்... திருநங்கைகளுக்கும் நாடு தழுவிய நிலையில் அழைப்புக் கொடுத்திருந்தாள் சாந்தா.

ஹேமாவை முக்காடுப் போட்டு மூலையில் உட்கார வைத்திருந்தார்கள்.

சடங்கு செய்யும் நேரமும் வந்தது.!

சாந்தாவின் அழைப்பின் பேரில் கார்களிலும், டெக்சிகளிலும், அசத்தல் அலங்காரத்துடன், வரிசைத் தட்டுடன், உறவு முறைச் சொல்லிக் கொண்டு வந்து இறங்கினார்கள். அதே பாலினத்தைச் சேர்ந்தவர்கள்.

அவர்கள் கொண்டு வந்த வரிசைத் தட்டுகளில், பழங்கள், மல்லிகைப்பூ, மாலை, பச்சை வண்ணப் புடவை, மஞ்சள், குங்குமம், உதட்டுச் சாயம், யாட்லி பவுண்டேசன், கண்ணாடி வளையல்கள், லச்சா எனப்படும் தங்கத்தாலி, கருக மணியின் இடை இடையே குண்டு மணிகளைச் கோர்த்த சரடுகள், மூக்குத்தி, மெட்டி, பிரா, உள்பாவாடை, சேலை, ரவிக்கையென இன்னும் ஏதேதோ தட்டு நிறைய வைத்து, வரிசையாகக் கொண்டு வந்தார்கள்.

இந்தச் சமயத்தில்தான் அறுவைச் சிகிச்சை முடிந்து ஹேமா வந்திருப்பதை அறிந்து சங்கரன் அவளைத் தேடிக் கொண்டு அங்கு வந்தான்.

அங்கு வந்தவன், அம்மா சாந்தாவிடம் அவளைக் காட்டி;

“இவள் எனக்குச் சொந்தமானவள், இவளை என்னோடு அனுப்பிவையுங்கள்!”

என நல்லதுக்கும் கெட்டதுக்கும் பேதம் புரியாமல் வாதிட்டான்.

இதைக் கேட்ட சாந்தாவுக்கு ஆத்திரமாக இருந்தாலும் அவளுக்கு ஒரு கொசுக் கடிச்சாலும் எனக்கு வலிக்கும், இப்ப ஒரு தேளே வந்திருக்கே?”

என மனதில் கருவிக் கொண்டே;

“ஹும்... நாஞ்ச் சொல்ல என்னா இருக்கு? அவ வந்தாக்கா கூட்டிப் போங்கள், நானேதும் தடை சொல்லமாட்டேன்”

என்று சொல்லி முகத்தை வேறு பக்கமாகத் திருப்பிக்கொண்டாள்

“ஹேமா... வா... எங்கூட வந்துடு, நான் உன்னை நல்லாப் பார்த்துகிடுறேன்! என்னை நம்பு, இது சத்தியம்!”

என்று அறைக்குள் இருக்கும் ஹேமாவைப் பார்த்துக் கெஞ்சினான்.

“செய்க் கூலி, சேதாரம் இல்லாமயே அனுபவிக்க நினைக்கிறானே, துப்புக் கெட்டவன்!”

அத்தியாயம் 10

அவனது பேச்சி அளவுக்கு மீறிய கோபத்தைத் தலைக்கு ஏற்றியது.

"போதும் போதும் உங்கிட்டயேது நாணயம்? அந்தச் சக்களத்தி ஷகிலா என்னாச்சி? அவளும் புட்டுக்கிட்டாளா? எத்தனை தடவத்தான் சத்தியம் பண்ணுவ? என்னைப் படுத்தியப் பாடு கொஞ்சமா? நஞ்சமா? அந்தக் கேடு கெட்டவக் கூட சேர்ந்து கிட்டு என்னை எவ்வளவு கொடுமைப் பண்ணின? எத்தனை வேதனைகள்? இப்ப நெனைச்சாக் கூட நெஞ்சி ரணமா வலிக்குது. நீ ஆறுதலும் சொல்ல வேண்டாம், அடைக்கலமும் கொடுக்க வேண்டாம். நீயே கதி, நீயே தேவன்னு, நெனைச்சதெல்லாம் முன்ன அது ஒரு காலம்! இப்ப அதெல்லாம் நடக்காது. எம் மனம் எதிலியும் மாட்டாது. போப்...போ, போயி உன் வேலையைப் பாரு!"

என்று வெரட்டினாள் அந்தக் கொடுமைக்காரனை.

அங்கு வந்த வயது முதிர்ந்த திருநங்கை செங்கமலம்,

"அடியே சிறிக்கிங்களா அந்தக் கேடு கெட்டவங்கிட்ட என்னாடி அளந்துகிட்டு இருக்கீங்க? வாழ்ந்து முடிச்சப் பெரிசு நான் சொல்றேன். அடிச்சி வெரட்டுங்க டீ, இப்ப வாங்குற அடி அந்த நாயி காலம் பூரா மறக்க முடியாம இருக்கோணும்!"

என்று சொல்லியதுதான் தாமதம் அங்கு குழுமியுள்ள திருநங்கைகள் அவனைப் புடைச்சூழ, சாத்து சாத்துன்னு சாத்தினர், அவனோ மேலாடைக் கீழாடை இல்லாமல், அங்கே தண்ணீரிலே கலந்திருக்கும் மண்ணை வாரி மேலெங்கும் பூசிக்கொண்டு, துண்டில்லாமல், துணியில்லாமல் ஓடி மறைந்தான்.

"எவ்வளவுதான், எப்படித்தான் செஞ்சாலும் இவனை மாதிரி அறிவுக் கெட்டவனுக்குப் புத்தியே வராது!"

திருநங்கை சாந்தாதான் இப்படித் திட்டினாள்.

"அந்தச் சண்டாளனைத்தான் அடிச்சி வெரட்டிட்டீங்களே! அப்புறம் என்னாடி மச மசன்னு நின்னு வேடிக்கை பார்த்துக்கிட்டு நிக்கிறீங்க? அடியே... மாமியார் சீர், நாத்தனார் சீர்லெல்லாம் வந்துடுச்சி. பொண்ணை அழைச்சுட்டு வாங்கடி!"

அத்தை முறையுள்ளவள் அதட்டிக் கொண்டே... அங்கலாய்த்தாள்.

குரல் வந்த திசையை நோக்கி எட்டிப் பார்த்தாள் ஹேமா!

அங்கே எழுபது எண்பது அரவாணிகள் குழுமியிருந்தனர். அவர்கள் பதிமூன்று வயது முதல் எழுபது வயது முதல் இருந்தனர்.

அனைவரும் பாராம்பரிய உடையையே அணிந்து அசத்தினர். அவர்களைப் பார்த்ததும் ஹேமாவுக்கு, நாணத்தால் முகம் சிவந்தது.

வெட்கித் தலை குனிந்தாள்! இவளுக்குச் செய்யப் போகும் சடங்கை நினைத்து உள்ளூர மகிழ்ந்தாள்.

இந்தச் சடங்கு பெண்ணின் உணர்வோடு ஆண் அடையாளத்தோடு பிறக்கும் அரவாணிகள், முழு மனதோடு தேவையற்ற ஆண் அடையாளத்தை நீக்கிவிட்டு, பெண்மைக்கு மாறியதும் செய்யும் சடங்குதான் இது.

ஒரு காலத்தில் நிர்வாணம் என்ற பெயரில், சவரக் கத்தியால், ஆண் அடையாளத்தை, முரட்டுத் தனமாக அறுத்து வீசினார்கள். அதன் வழி, உயிரை இழந்தவர்கள் நிறைய பேர் என்றும், பத்தில் நான்கு பேர் உயிர்ப் பிழைப்பதே அரிதாக இருந்தது என்று, அம்மா சாந்தா சொல்லக் கேட்டிருக்கிறாள்,

பிறகு அந்தப் பகுதியை மட்டுமே, மருந்து போட்டு, செயல் இழக்க வைத்து, செயல் இழந்ததும், தேவை இல்லாதப் பகுதியை வெட்டி வீசினார்களாம். இந்த முறையும் முழுமையற்றதாய் இருந்ததாம்.

அந்த விபரீதங்களில் சிக்காமல், தாய்லாந்து நாட்டில்லுள்ள

'செக்சுவலரீ அசைன் மெண்ட் சர்ஜரிமட்டுமே மிகவும் திருப்திகரமாக நடக்கிறது. இந்த முறையில்தான் ஹேமாவுக்கு, எல்லாம் நல்லபடியா நடந்து முடிந்தது.

இப்படி பின்னோக்கிச் சென்று கொண்டிருக்கும் பொழுது இன்னொரு குரல் அவளை நோக்கிப் பாய்ந்து வந்தது.

"அடியே சிறிக்கிங்களா அங்கச் சிரிச்சிச்கிட்டு இன்னும் என்னா பண்றங்கடீ பொண்ணைக் கூட்டியாங்கடி!"

குரல் கொடுத்தவள் பரபரத்தாள். கூப்பிட்டவளின் எதிர்பார்ப்பு மகனைப், பெத்து வைத்துக் கொண்டு எதிர்கால மருமகளைக் காணத் துடிப்பதுப் போல இருந்தது. அப்பனோட பொறந்த அத்தையாகவே மாறி உறவு கொண்டாடினாள் அவள்.

அங்குக் குழுமியிருந்தவர்களும், அவளின் பேச்சுக்கு மதிப்பளித்து... ஹேமாவைத் தலையில் முக்காடுப் போட்ட படியே அழைத்து வந்தார்கள்.

ஹேமாவும், ஏதோ ஓர் உணர்ச்சியால் கட்டுண்டு நெஞ்சிப் பகுதி மேலேயும் கீழேயும் ஏறி இறங்கியது.

பின்னிக் கி டக்கும் முல்லைக் கொடியைப் போல் இருள் மூடிக் கிடந்த மனமும் மெல்லத் திறந்து அன்னம் போல் நடை நடந்து அங்கே சடங்கிற்காக வைக்கப்பட்ட எல்லா பொருள்களையும் மூன்று முறை வலம் வந்து, மஞ்சள் கலந்த அரிசியின் மேல் போடப்பட்டிருக்கும், மனையில் அமர்ந்தாள். அமர்ந்தவளின் முக்காடை, சம வயதுள்ள பெண்ணே நீக்கினாள்.

மற்றவர்களுக்கு இது மாதிரி சடங்கைச் செய்யும் பொழுது... பல தடவை அந்த இடத்தில் ஹேமாவே முதன் முதலில் சென்று

வேடிக்கைப் பார்ப்பாள், இது மாதிரியானச் சடங்கு நமக்குச் செய்யமாட்டார்களா? என்று பல நாட்கள் ஏங்கியிருக்கிறாள்.

அந்த நாள் இன்று கைக் கூடியதே என்று மகிழ்ந்தவள், தேனூரும் கனிப் பாவை போல் கூடவே நாணமும் வந்து வெட்கித் தலை குனிந்து கொண்டாள்.

சடங்கு ஆரம்பமானது, அத்தை முறை கொண்ட மூத்த திருநங்கை ஒருவர் தனக்கே உரிய பாணியில் தன் சேலை முந்தாணியை இழுத்து சொருகியப்படி, மாராப்புச் சேலையை இழுத்து மூடிச் சரி செய்தவாறு சடங்கை ஆரம்பித்தாள்.

அந்த மனையிலே சடங்கைச் செய்வதற்கான, சாமான்கள்; மஞ்சள், சீயக்காய்த் தூள், பால், நல்லெண்ணை, சந்தனம், இன்னும் மற்றப் மற்றப் பொருள்களை எல்லாம், முறையாகச் சின்ன சின்னச் சில்வர் கிண்ணங்களில் அழகாகப் போட்டு வரிசைப்படுத்தி வைத்திருந்தார்கள்.

அதிலையும், வயதில் முதிர்ந்த திருநங்கைகள் குறை கண்டுபிடிப்பதிலும் மும் முரமாக ஈடுபட்டு,

"அந்த மஞ்சள்... ஏண்டி பழசு மாதிரி இருக்கு? அந்தப் பழசப் போட்டா மூஞ்சியும், ஒடம்பும் என்னாத்துக்கு ஆவும்மடி? விலைக் கொறவா கெடைச்சுதுன்னு புடிச்சிட்டு வந்துட்டாளுவப் போலிருக்கு!".

என்று குற்றம் கண்டு பிடிப்பதிலேயே ஈடுபட்டிருந்த மூத்த அரவாணி செங்கமலம்... மேள தாளத் தோடு சீர்கள் வரிசையாக வந்து இறங்குவதை மூக்கின் மேல் விரலை வைத்துத் திரும்பிப் பார்த்தாள்.

இது ஒன்றும் புதுமை இல்லை, இருந்தாலும் இதிலும் குறை கண்டு பிடிக்க வேண்டுமென்று கங்கணம் கட்டிக் கொண்டாள்.

தோழிப் பெண்களால் அழைத்து வரபட்ட ஹேமாவுக்கு, முறையே நலுங்கு செய்யப்பட்டது.

அத்தை முறையுள்ள திருநங்கையே முதலில் செய்தாள்; சடங்காகிவிட்ட பெண்களுக்கு நடத்தும் சாங்கியம் போலவே கிண்ணத்திலிருந்த நல்லெண்ணெய்யை தலையில் வைத்ததோடு அல்லாமல், கண்ணுக்கு தெரியும் பகுதியெங்கும் பூசினாள். பிறகு சீயக்காய் தூளையும் தேய்த்து விட்டாள்.

அந்தச் சமயத்தில் அவள் பூசிய எண்ணெய் ஹேமாவின் கண்களில் பட்டுத் துடி துடித்துப் போனாள்.

எண்ணெய்யைத் தேய்த்து விட்ட அத்தையோ

"கொஞ்சம் பொறுத்துக்கோடி... கொஞ்ச நேரந்தான் எல்லாம் சரியாயிடும்!"

என்று சமாதானம் பண்ணி சடங்கைத் தொடர்ந்து செய்தாள்.

நலுங்கு வைத்தவள் தொடர்ந்து... மஞ்சளை நன்றாகக் குழைத்து, முகத்திலிருந்து, சூரிய வெளிச்சம் படாத இடங்களைத் தவிர்த்து, உடல் பாகம் முழுவதுமாகப் பூசினாள்.

பிறகு குடத்தில் வைத்திருக்கும் பாலை எடுத்துக் கொஞ்சமாகத் தலையில் ஊற்றினாள். பிறகு நெற்றியிலே சந்தனத்தை வைத்து அதன் மேலே குங்குமத்தை வைத்து, அடுத்து சடங்கு செய்பவளுக்கு இடம் கொடுத்தாள்.

அவள் செய்ததைப் போலவே பத்து திருநங்கைகள் செய்து முடித்தனர். பதினொராவது திருநங்கையாகத் தாய் சாந்தா சடங்கை ஆரம்பித்தாள். அவரும் முறையே சடங்கை முடித்தவுடன், அந்தப் பதினொருத் திருநங்கைகளும் வரிசயாக அங்கே கலக்கி வைத்திருந்த குடத்திலிருக்கும் மஞ்சள் நீரை ஹேமாவின் தலையில் ஊற்றி முழுக்காட்டினர்.

பின்னர் தோழிப் பெண் அவளை அறைக்குள் அழைத்துச் சென்று, பச்சை நிறத்திலான புதுச் சேலை உடுத்தி அலங்கரித்து, தலை நிறையப் பூச் சூடி மறுபடியும் அங்கே அலங்கரிக்கப்பட்ட மேடைக்கு அழைத்து வரப்பட்டாள்...

அப்பொழுது... அங்கே ஒலிபரப்பப்பட்ட பாடல்

'ஊதா... ஊதா... கலரு ரிப்பன்... உனக்கு யாரு அப்பன்? சொல்லடி நான் அவனுக்கு சலாம் போடனும்!' இந்தப் பாடலைக் கேட்டவுடன் அங்கு இருப்பவர்கள் எல்லோருமே ஆரவாரக் கோஷம் போட்டு நடனமாடினார்கள்.

ஆரம்பித்துவிட்டார்கள் ஆட்டத்தை. பிறகு தோழிப் பெண்கள் அவளை மெதுவாக அழைத்து வந்து அலங்கரிக்கப்பட்ட மேடையில் உட்கார வைத்து, அங்கே வந்திருந்தோர் அனைவரும் அவளுக்கு இனிப்பு வழங்கி, பரிசுகளையும் வழங்கி ஆடிப் பாடி மகிழ்வித்தனர். அந்தக் கொண்டாட்டத்தில் நேரம் போனதே தெரியவில்லை?

இரவு முடிந்து சமாம்மானது. அதன் பின்னரே ஒவ்வொருவராகக் கலைந்துச் சென்றனர்.

ஒரு சிலர் அங்கேயே படுத்துறங்கவும் செய்தனர்.

பொழுது விடிந்ததும், ஒரு சில திருநங்கைகள் அந்த இடத்தைச் சுத்தப்படுத்தினார்கள்.

திருநங்கைகளின் தாய் சாந்தா ஹேமாவின் அறைக்குச் சென்று எழுப்பப் போனாள்;

“ஹேமா... ஹேமா... இன்னும் என்னம்மா தூக்கம்? எழுந்திரியம்மா...!”

என்று கூப்பிட்டுக் கொண்டே ஹேமாவை நெருங்கினாள்.

படுக்கையிலே... வாடிய மலராய் வதங்கியக் கொடியாய் வாயில் நுரை தள்ளியப் படி கை, காலெல்லாம் வெட்டி, வெட்டி இழுத்துக் கொண்டிருந்தது ஹேமாவுக்கு.

இதைக் கண்ட தாய் சாந்தா... ஒப்பாரி வைக்க ஆரம்பித்துவிட்டாள். அவளின் அழுகைச் சத்தைக் கேட்டு, அன்றிரவு அங்கு தங்கியிருந்தத் திருநங்கைகளும், அங்கேயே அடைக்கலமாக இருப்பவர்களும் குழுமிவிட்டனர்.

அங்கு உள்ளவர்களிடம் ஹேமாவுக்கு ஜன்னிக் கண்டுவிட்டது, உடனே ஆஸ்பத்தரிக்கு கொண்டு போகனும் என்று ஒப்பாரியை நிறுத்தாமலேயே சொன்னாள்.

அதைக் கேட்ட அங்குக் குழுமியவர்கள் திடுக்கிட்டு ஒருவர் முகத்தை ஒருவர் பார்த்துக் கொண்டனர்.

அந்த இரவு அத்தை முறையான திருநங்கையும் அங்கேயே தங்கியிருந்ததால் அவரும் அங்கு வந்துவிட்டார். வந்தவர் சும்மா இருக்காமல்... அங்கு குழுமியுள்ளோரிடம்...

"அட என்னாங்கடி பெத்தவத்தான் புரியாம ஒப்பாரி வைக்கிறான நீங்களும், கூட சேர்ந்து கூத்தடிக்கிறீங்க... எவளுக்கடி காடி ஓட்டத் தெரியும்? எடுங்கடி காடியை... ஹேமாவை உடனே ஆஸ்பத்திரிக்குக் கொண்டு போவனும்!"

என்று எல்லோரையும் திட்டியவாறே அவசரப்படுத்தினாள் அத்தை.

அந்தச் சமயம் டாக்டர் செல்லய்யா கொடுத்த, டாக்டர் வேணுகோபாலின் முகவரியை கொண்டு வந்து கொடுத்து, ஹேமாவை ஏற்றிய வண்டியில், சாந்தாவும், அத்தையும் ஏறிக் கொண்டார்கள்.

டாக்டர் வேணுகோபாலின் மருத்துவமனை இரண்டு கிலோ மீட்டர் தூரத்தில்தான் இருந்தது.

அந்த நேரத்தில் வண்டியை ஓட்டிய தேவகியிடம்,

"சீக்கிரமாப் போடி எம் புள்ளைக்கு ஏதாவது ஆயிடுமோன்னு பயமா இருகுடீ"

என்று சொன்ன சாந்தா ஒப்பாரியை நிறுத்தவில்லை. அதைக் கண்ட அத்தை முறையானவள்,

"கொஞ்சம் நிறுத்துறையா ஒம்ஒப்பாரியாயை, ஒப்பாரிவச்சே கொன்னுருவடி!"

என்று ஆத்திரமாகக் கூறினாள். அதன் பிறகே ஒப்பாரியைக் குறைத்துக் கொண்டாள் சாந்தா.

தேவகியும் துரிதமாகக் காரை ஓட்டி மருத்துவமனையை அடைந்தாள். உடனே அங்குள்ள பணியாளர்களைக் கூப்பிட்டு ஹேமாவை அவசரப் பிரிவுக்குக் கொண்டுப் போனார்கள்.

அந்தச் சமயத்தில் டாக்டர் வேணுகோபால், அங்கு இல்லை, அதனால் மற்ற டாக்டர்களே வைத்தியம் பார்த்தார்கள்.

அபாயக் கட்டத்தைத் தாண்டிவிட்டதாக அம்மா சாந்தாவைக் கூப்பிட்டு மருத்துவர்கள் சொன்னார்கள்.

அப்பொழுது டாக்டர் முகுந்தன் என்பவர் சாந்தா அம்மாவிடம்;

“ஏன்...? என்ன நடந்துச்சி இவங்களுக்கு இப்படி ஜன்னிக் கண்டிருக்கு?” எனக் கேள்வி மேலக் கேள்விக் கேட்டுத் துளைத்தெடுத்தார்.

சாந்தா அம்மாவுக்கு டாக்டர் அப்படிக் கேட்டது, அந்த வேதனையிலும், வெட்கம் தலையைத் தாழ்த்தியது.

அத்தியாயம் 11

அவரே வயதுக்கு வந்துவிட்டது போல் வெட்கப்பட்டுக் கொண்டே

"எம் பொண்ணு பெரியப் பொண்ணாயிட்டா அதான் நாப்பதாவது நாள் மஞ்சள் நீரூற்று விழா சடங்கு செஞ்சோம். அந்தச் சடங்கப்போ அதிக நேரம் தண்ணியில இருந்துட்டா அதான் இப்படி ஆயிப்போச்சி...!"

என வெட்கத்தோடு சேலை முந்தாணியைச் சரி செஞ்சப்படியே சொன்னாள்.

இதைக் கேட்ட டாக்டரும் லேசாகப் புன்முறுவல் செய்தவாறே;

"பார்த்து நடந்துக்கங்கம்மா நல்ல நேரத்துல கூட்டியாந்திங்க... கொஞ்ச நேரம் ஆயிருந்தாலும் என்ன நடந்திருக்குமோ தெரியாது? டாக்டர் வேணுகோபால் வெளியே போயிருக்கிறார், அவர் வந்து பரிசோதனைச் செஞ்சப் பிறகு அவர் என்னச் சொல்கிறாரோ அதன் படி செய்யுங்க. என்ன புரியுதாம்மா? நான் சொல்றது...!"

எனச் சொல்லி சாந்தாவைப் பார்த்தார்.

"சரி"

எனச் சொல்லி அம்மாவும் தலையை ஆட்டினாள்.

அன்று ஹேமா மறுபடியும் வார்டில் தங்க வேண்டியாதாயிற்று. அப்பொழுது டாக்டர் முகுந்தன் சாந்தாவைக் கூப்பிட்டு, மேடம் இவங்க உருப்பு மாற்று செஞ்சிருந்தாலும் அவங்க அடையாள அட்டையில அவங்கப் பேர் ஹேமநாதன் என்றும், அவர் ஆண்

என்றும்தான் இருக்கிறது. அதனால ஆஸ்பத்திரி சட்டப்படி அவரை ஆண்கள் வார்டுக்குத்தான் நாங்கள் மாத்திவிட முடியும்!"

என்று ஆஸ்பத்திரியின் சட்ட திட்டங்களை சாந்தாவுக்கும், ஹேமாவுக்கும் விளக்கினார். அதற்கு சாந்தாவும்

"என்ன டாக்டர் இப்படிச் சொல்றீங்க? அவள் உருப்பு மாற்று செஞ்ச பெண்ணாயிற்றே இவளை போய் ஆம்பிள்ளை வார்டுக்கு அனுப்பறேன்னு சொல்றீங்களே? கொஞ்சம் பெரிய மனசு பண்ணி அவளை பொண்ணுங்க வார்டுக்கு அனுப்புங்க டாக்டர். உங்களுக்கு கோடி புண்ணியமாகும்!"

சாந்தா அழுது கொண்டே கெஞ்சினாள்.

"நான் என்ன பண்ண முடியும்? நான் சட்டத்தை மீறி உங்களுக்கு உதவி பண்ணினா என்னோட வேலையே போயிடும்மா"

என்று டாக்டர் இந்தப் பிறழ்ந்து பிறந்தப் பெண்களுக்கு உதவ முடியலயேன்னு வருத்தத்தோடு சொன்னார்.

சாந்தாவும், அவரை விடுவதாக இல்லை. கெஞ்சி கண்ணீர் வடித்தாள். அவள் அழுகையை காண சகிக்காத டாக்டரும்;

"சரி சரி டாக்டர் வேணுகோபால் வரவரைக்கும் அந்த ஏ கிலாஸ் அறையிலே தங்கட்டும். ஆனால் அங்கே அவுங்களுக்கு உதவி செய்ய தாதியர் இருக்காங்க அதனால யாரும் கூடத் தங்கக் கூடாது!"

என்று கடுமையாகச் சொல்லிவிட்டார் முகுந்தன்.

கூட வந்தவர்கள் எல்லோரும் மருத்துவமனையில் தங்க முடியாது எனச் சொல்லவே நாளை வருவதாகச் சொல்லி வீட்டுக்குப் போய்விட்டார்கள்.

ஹேமா மட்டுமே தனித்து விடப்பட்டாள். அந்த மருத்துவமனையில், அவளுக்கு உதவியாக மருத்துவர்களும், தாதியர்களும் இருந்தார்கள்.

அவள் கூப்பிட்டக் குரலுக்கு, ஓடி வந்து உதவியும் செய்தார்கள்.

மருத்துவமனையில் இருந்த ஹேமாவால் படிக்கையிலிந்து எழ முடியாத வலி. ஆப்ரேஷன் செய்த இடத்தில். அந்த நேரத்தில் கழிவறைக்குப் போக வேண்டும்... என்ன செய்வதென்றுத் தடுமாறிய ஹேமா தலைக்கு மேலே இருக்கும் அபாய அழைப்பு மணியை இழுத்து உதவிக்கு தாதியரைக் கூப்பிட்டாள்.

அந்த அழைப்பு மணியைக் கேட்டு, ஒரு தாதி உதவிக்கு ஓடி வந்தாள்.

அருகே வந்த தாதியைப் பார்த்து, ஹேமா ஒரு கணம் ஸ்தம்பித்துப் போனாள், அதே நிலைதான் அந்தத் தாதிக்கும்.

ஹேமாதான் முதலில் பேச்சை ஆரம்பித்தாள்.

“முதல்ல நான் கழிவறைக்குப் போவோனும் மத்ததை அப்பறம் பேசிக்கலாம் எங்கேயும் போயிடாதே”

என்று சொல்லியதும், அந்தத் தாதியும் மறுப் பேச்சி எதுவும் பேசாமல் உதவி செய்தாள்.

ஆனால் இருவரின் கண்களும் கட்டுக்கடங்காமல் கலங்கின.

ஹேமாவும் கழிவறையிலிருந்து வந்து, அந்தத் தாதியை அப்படியே கட்டிப் பிடித்து முத்த மழைப் பொழிந்தாள்!.

தாதி புரிந்தும் புரியாமலும் தவித்தாள்.

“என்ன ஜமுனா? அப்படிப் பார்க்கிற? நீ ஜமுனாத்தானே?”

அவளின் அன்புப் பிடியிலிருந்து விடுபட்ட தாதியும்;

“ஆமா... நான் ஜமுனாத்தான் நீங்க உங்களுக்கு... என்னை...”

என்று முடிப்பதற்குள்;

ஹேமாவே முந்திக் கொண்டு,

“ஜமுனா... என்னைத் தெரியலையாம்மா? நான்தான்டீ... உன்... அண்ணன் ஹேமநாதன்”

ஜமுனா புருவங்கள் உயர என்னைப் பார்த்தாள்.

"புரியாதப் புதிராயிருக்கே?" என்றாள்.

"நீ ஏன் எங்களல்லாம் விட்டுட்டுப் போன? எங்கே போன?"

அவள் ஆர்வம் பீரிடக் கேட்டாள்.

"என்ன ஜமுனா? ஒனக்குத்தான் தெரியுமே! நான் இப்படிப் பொறந்துட்டேனு, அம்மாவைத் தவிர அப்பாவிலிருந்து, அண்ணன்கள் எல்லாருமே வெறுத்தாங்க.... என்னை அவமானச் சின்னமாப் பார்த்தாங்க! நானா இந்தப் பொறப்பு வேணுன்னு சொல்லையே? என்னா செய்யறது...? ஆண்டவன் என்னை இப்படிப் படைச்சிட்டான்; சரி என்னால நம்ப அப்பா, அம்மாவுக்கு எதுக்கு அவமானம். அதான் வூட்டை வுட்டுக் கௌம்பிட்டேன். சரி அம்மா எப்படி இருக்காங்க? அப்பா எப்படி இருக்காரு? அண்ணன்கள் இரண்டுப் பேரும் எப்படி இருக்காங்க?"

தங்கையைப் பார்த்த மகிழ்சியில் ஆர்வத்தோடு கேட்ட ஹேமா, பக்கத்து வீட்டு மேனா மினிக்கி செண்பகவள்ளியைப்பற்றியும் கேக்கத் தவறவில்லை.

"எல்லாரும் நல்லாத்தான் இருக்காங்க... அம்மாத்தான் நீ போனக் கவலையில!"

என்று ஜமுனா சொல்லி முடிப்பதற்குள்;

"அம்மாவுக்கு... என்னாச்சி?"

பட... படப்புடன் கேட்ட ஹேமா! ஒப்பாரி வைக்க ஆரம்பித்தாள்!

"ஐயோ என்னைப் பெத்ததாயீ... நான்... அதுவும் இல்லாம... இதுவும் இல்லாம பொறந்ததுக்காக எம் மூஞ்சில முழிக்காமேயே... போயிட்டியேயம்மா...!"

ஹேமா வைத்த ஒப்பாரியில் அங்குள்ள அனைவருமே திரும்பிப் பார்த்தனர்.

"கொஞ்சம்... நிப்பாட்டுறியா உன் ஒப்பாரியை....! அம்மாவுக்கு ஒன்னும் ஆகல நீ இருக்கியே முன்ன எப்படி இருந்தியோ

அப்படியேத்தான் இன்னும் இருக்கேப்போ. அம்மா நல்லாத்தான் இருக்காங்க. அண்ணன்ங்க இரண்டு பேரும் கல்யாணம் பண்ணிட்டாங்க. பெரியண்ணன் பக்கத்து வீட்டுக்காரப் பொண்ணு செண்பகவள்ளியையே கட்டிக்கிடுச்சி!"

"நெனைச்சேன் அப்பவே நெனைச்சேன்... இப்படி ஏதாவது நடக்குமுன்னு நான் நெனைச்ச மாதிரியே நடந்துருச்சி நல்லா இருக்கட்டும்!"

அவளுக்கு முன்பே தெரிந்தது போல் சொன்னாள்.

"சின்னண்ணன் அதுக்கூட வேலைச் செய்யுறப் பொண்ணையே கட்டிகிடுச்சி, உன்னைத்தான் எங்கெங்கெல்லாமோ தேடினோம். ஹீம் தேடினதுத்தான் மிச்சம். இப்பத்தான் உன்னைப் பார்க்க முடிஞ்சது. அண்ணனான உன்னை அக்காவா!!! எப்படிஇருக்க?"

"நான் நல்லாத்தேன் இருக்கேன். எத்தனையோ இன்னல்கள் இடஞ்சல்கள்... எல்லாத்தையும் தாண்டி... இப்ப சாந்தாம்மா... ஆதரவுல நல்லாதேன் இருக்கேன்.

தங்கையைப் பார்த்தச் சந்தோஷம் தாளமுடியவில்லை ஹேமாவுக்கு.

"சரி... டாக்டரைப் பார்த்தக் கையோட வா வீட்டுக்குப் போலாம்" ஹேமாவைத்தான் ஜமுனா கூப்பிட்டாள். அதற்கு ஹேமாவும்,

"இல்லை ஜமுனா... நான் இன்னொரு நாளைக்கு வர்றேண்டி.... அம்மாவை உடம்பைப் பார்த்துக்கச் சொல்லு... நான் நல்லாத்தேன் இருக்கேனு சொல்லு, ஆமாம் எல்லாத்தையும் கேட்டேன், பக்கத்துல இருக்கிற உன்னப்பத்திக் கேட்கவே இல்லப் போ. சரி உங்கதையைப்பத்தி சொல்லு நீ எப்படியிருக்க? கல்யாணம்மாச்சா? உம் புருஷன் யாரு? பேரென்னா? எத்தனை புள்ளைங்க இருக்காங்க?"

இத்தனை கேள்விகளையும் மூச்சு முட்டக் கேட்டாள் ஹேமா. அவள் கேட்டக் கேள்விக் கணைகள் ஜமுனாவை ஒரு கணம் திக்கு... முக்காட வைத்தது.

“இத்தனைக் கேள்வியும் ஒன்னாக் கேட்டா நான் எப்படிப் பதிலைச் சொல்றது?”

ஹேமாவை நிமிர்ந்து பார்க்க முடியாமல் சொன்னாள். அவள் கண்களும் கலங்கியிருந்தது.

“இப்ப நான் என்னா கேட்டுட்டேனு இப்படி அழுவுற?”

ஜமுனாவின் தோளின் மீது கையைப் போட்டு அணைத்தவாரே பதறிப் போய்க் கேட்டாள்.

“எங் கதையை ஏன் கேட்கிறே! அது ஒரு சோகக் கதை... பொண்ணாப் பொறந்தா வேதனைகளை அனுபவிச்சித்தான் ஆகனுமோ என்னவோ!?”

கண்களின் கரையோரம் தேங்கியிருந்த கண்ணீர் குபுக்கென்று அவளது மார்பை நனைத்தது.

“ஏண்டீ... ஜமுனா என்ன நடந்துச்சி? ஏன் அழுவுற?”

தங்கரதம் போல் இருந்த, ஜமுனாவின் கண்கள் கலங்குவதைக் கண்டு ஹேமாவும் கலங்கினாள். ஒரு தாய் வயித்துப் பெண்களாயிற்றே!

ஜமுனா தன் சோகக் கதையைச் சொல்ல ஆரம்பித்தாள்.

“நான் கொஞ்ச காலத்துக்கு முன்ன, எங்கூட வேலைச் செய்யுற இடத்துல ஆனந்துன்னு ஒருத்தன் என்னை விரும்பினான்!”

ஜமுனா சொல்லி முடிப்பதற்குள்... ஹேமா குறுக்குக் கேள்விக் கேட்டாள்.

“அவனையே கட்டிக் கிட்டியா? விரும்புபவனையே கட்டிக்கிட்டது நல்லதுத்தானே!?”

அவள் அப்படிச் சொன்னது எரியிர நெருப்புல எண்ணெய்யை ஊற்றியதுப் போல இருந்தது ஜமுனாவுக்கு.

“அவன் என்னியக் கட்டிக்கிட்டிருந்தாத்தான் பரவாயில்லையே.... அவன் எங்கூட எப்படியெல்லாம் இருக்கோனுமோ... அப்படியெல்லாம் இருந்துபுட்டுக்... கடைசியா

உன்னையக் காரணம் காட்டி, ஒரு நாள்... வந்து ஜமுனா... என்னை மன்னிச்சுடு... எங்க அப்பாவும், அம்மாவும் உன்னைய மருமவளா ஏத்துக்க மாட்டேன்னு சொல்லிட்டாங்கன்னு, சொன்னான். சொன்னவன் அதோட விட்டிருந்தாலும் பரவாயில்லையே? உன்னை எப்படிக் கேவலமாப் பேசினான் தெரியும்? நீயி பணத்துக்காக வேறத் தொழில் செய்யுறையாம்! அரவாணிங்களுக்கு... அதைவுட்டா வேறத் தொழில் தெரியாதாம், இன்னும் என்னென்னமோ சொல்லிக் கேவலப்படுத்தினான்!"

சொன்னவளின் கண்களிலிருந்து, கண்ணீர் தாரை தாரையாக வழிந்து, அவள் வைத்திருந்த, கைக் குட்டையை நனைத்தது. அவள் வேதனையின் விளிம்பிலிருந்தாள்,

"என்னையக் கட்டிக்கிட்டா நானும் அந்தத் தொழில்தான் செய்வேன்னு ரொம்பக் கேவலமாப் பேசினான், அதான் பார்த்தேன்! அவன் வாயை அடைக்கிறதுக்கு வேற வழித் தெரியல? அந்தக் கேடு கெட்டவனை நானே வேண்டாண்ணுச் சொல்லிட்டேன்!"

"அவன் எதுக்கு என்னையக் காரணம் காட்டோணும், அவன் மட்டுமல்ல நெறையப் பேரு, அரவாணிங்கெல்லாம் தப்பான தொழில் செய்யுறதாத்தான்... கணக்குப் போட்டு வச்சிருக்காங்க! என்னைப் போலப் பிறந்தவங்க எத்தனையோ பேரு, டாக்டரா இருக்காங்க, வக்கீலா இருக்காங்க, ஆசிரியரா இருக்காங்க, மத்தவங்க விழிப்புணர்வோடு வாழறதுக்குக் கவுன்சிலிங் கொடுக்கிறாங்க, ஏன் ஏரோப்பிளேனே ஓட்டறாங்க, அதெல்லாம் அந்தக் கழுச்சடைக்குத் தெரியலையாமா? படவா... ஆண்டவன் என்னைய இப்படிப் படைச்சதுக்கு நான் என்னா பண்ண முடியும்? அறிவு கெட்டவன்... அதே ஆண்டவன் அவனை அப்படிப் படைச்சிருந்தா!? அந்த நாயி என்னா பண்ணுமாம்? அவனுகக் கெடக்கிறாங்கடி ஜமுனா. நீ... எதுக்கும் கவலப்படாதே... நான் நல்ல மாப்பிள்ளையாப் பார்த்து உனக்குக் கல்யாணம் கட்டிவைக்கிறேன். நானிருக்கும் போது... உனக்கென்னா கவலை? வுட்டுத்தள்ளு!"

என ஆறுதலாகச் சொல்லி அவள் நெற்றியிலே முத்தம் கொடுத்தாள் ஹேமா. இவர்கள் இப்படி பேசிக் கொண்டிருக்கும் போது, அங்கு பணியிலிருக்கும் இன்னொருத் தாதி வந்து;

"மிஸ் ஜமுனா... டாக்டர் வேணுகோபால் வந்துட்டாரு. ஹேமாவை அவரோட அறைக்கு அழைச்சுட்டு வரச் சொன்னார்!"

என்று தாதி ஜமுனாவைப் பார்த்துச் சொன்னாள்.

ஜமுனாவும், ஹேமாவை மருத்துவர் அறைக்கு அழைத்துச் சென்றாள். அவளை அங்கே விட்டு விட்டு வெளியே வந்தாள். அவள் வெளியேறியவுடன் மருத்துவருக்கு உதவியாக இன்னொரு தாதி உள்ளே சென்றாள்.

மருத்துவரும் ஹேமாவை பரி சோதனைச் செய்து கொண்டே,

"ஏன் என்ன நடந்துச்சி? ஜன்னிக் கண்டிருக்கு!"

எனச் சொல்லிக் கொண்டே ஹேமாவைப் பார்த்தார்.

அவளது அழகைக் கண்டு பிரமித்துப் போனார்.

இதுவரை இவள் போல் ஓர் அழகுத் தேவதையைக் அவர் கண்டதில்லை.

அவளின் தேகம் மஞ்சள் கலந்த வண்ணச் சிலையாய்த் தெரிந்தது.

அவளது பற்களோ முல்லைச் சரம்.

கண்களிலோ கள் வடிந்து, அவர் அவரையே மறந்தார்.

அவளின் நீளமானக் கூந்தல், அவருக்குப் பாய் விரிப்பதைப் போல் இருந்தது.

இடையோ செதுக்கி வைத்ததைப் போல்' வளைவு சுளிவான' பூங்கொடிப் போல் சின்ன இடை கொண்டு சொக்க வைக்கும் கன்னியாகத் தோன்றினாள்.

அவளின் கைகளைப் பிடித்துப் பார்த்து விரல்களின் அழகை ஆராய்ந்தான்.

அவளது தேன் உதடுகளில் அப்போதே முத்தம் கொடுக்க வேண்டும் போல் இருந்தது.

மருத்துவமனைக் கோட்பாடு தடைப் போட்டது.

இருந்தும் கண்களாலே காதலைப் பரிமாறிக் கொள்கிறார்கள்.

அவளும், அவரை உன்னிப்பாக ஆராய்ந்தாள்.

தேக்கு மரம், போல் உடல் கொண்டவர், குழந்தைப் போல் மனம் கொண்டவன்.

சந்தனத்தைக் குழைத்துப் பூசியது போல் வண்ணம்.

அத்தனையும் ஒருங்கே பெற்ற அவர், அவளைக் கண்களால் துரத்தியே, அவளின் செம்மாதுளை உதட்டிலே தேன் பருக நினைக்கிறார் என்பதை நாசுக்காகப் புரிந்து கொண்டாள்.

அவளும், 'நான் ரொம்ப புதுசு மச்சான், வயசுல ரொம்ப சிறுசு மச்சான்னு சொல்லாமல் சொல்லி, அவரது அழகில் கிறங்கிப் போய், அவளது பெண்மையால், அவரது ஆண்மையைத் திருடினாள்.

இதுதான் கண்டதும் காதல் என்பார்களே, அதைப் போல் காதல் என்னும் நீர் சுழலில் இருவரும் சிக்கிக்கொண்டனர்.

ஏனோ தெரியவில்லை? டாக்டர் வேணுகோபாலைப் பார்த்தவுடன், அவள் நிலமை நீரலையில் தள்ளாடும் தாமரையைப் போல் ஆனது.

அவளுக்கு நாணத்தால் முகமெல்லாம் சிவந்து தக்காளிப் பழம் போல் காட்சி தந்தது.

அத்தியாயம் 12

அந்த நாணத்துடனே இரவு நடந்ததை அத்தனையும் சொல்லி முடித்தாள். இன்பத்தால் அவள் நாணத்தை வெரட்டி அடிக்க முயன்றாள் முடியவில்லை. தோற்றுப் போனாள்.

இதையெல்லாம் கேட்ட டாக்டரும் கேலியாக...

“அப்படின்னா இப்ப வயசுக்கு வந்த புதுப் பொண்ணுன்னுச் சொல்லு”

எனச் சொல்லி அவளைப் பார்த்தார்.

இதைக் கேட்டவுடன் ஹேமாவுக்கு உடலெங்கும் மின்சாரம் பாய்வது போல் இருந்தது.

நாணம் அவளை மேலும் சூழ்ந்துகொண்டது.

பிறகு மருத்துவரும், தாதியிடம் ஹேமாவை எப்படியெல்லாம் கவனித்து மருந்து கொடுக்க வேண்டுமென்பதையும் சொல்லி அங்குள்ள கோப்புகளிலும் எழுதிவைத்துவிட்டு நாளை வந்து பார்ப்பதாகச் சொல்லி விடைப்பெற்றார்.

ஹேமாவுக்கு உடல் நலம் குன்றியப் போதிலும், டாக்டர் செல்வதையே வைத்த கண் வாங்காமல் பார்த்தாள்.

இன்னும் கொஞ்ச நேரம் நம்முடன் இருக்கமாட்டாரா? என ஏங்கினாள். மனம் ரகசியப் புயலாய் வீசியது.

அவள் மனம் இருந்ததைப் போலவே அவருக்கும் இருந்திருக்குமோ என சந்தேகிக்கும் வகையில் சுவற்றில் அடித்த பந்தைப்போல, இரண்டு மணி நேரத்தில் திரும்ப அவளைப் பார்க்க வந்தார்.

அவளுக்கு ஆச்சரியத்தோடு மகிழ்சியாகவும் இருந்தது.

அங்குள்ள தாதியரும் வியப்பில் அவரைப் பார்த்துப் புன்னகையை உதிர்த்தனர். அதைச் சமாளிக்க மருத்துவரும் தாதியரை பார்த்து;

"ஒரு மருந்தை எழுதிக் கொடுக்கத் தவறிட்டேன். அதுதான் திரும்ப வந்தேன்"

இப்படிக் கூறிய டாக்டரின் முகத்தில் அசடு வழிவதை ஹேமா கவனிக்கத் தவறவில்லை.

எப்படியோ அவரைப் பார்த்ததில் அவளுக்குத் தேனில் கலந்த பாலாச் சுளையைத் தின்பது போல் இருந்தது.

மறுபடியும் விடைபெறும் பொழுது அவர் அவளைப் பார்த்துக் கண் சிமிட்டியதும் அவளுக்கு உடலெங்கும் ஏதோ பண்ணுவது போல் இருந்தது.

இன்னும் கொஞ்ச நேரம் இருந்துட்டுப் போங்களேன்னு சொல்லத் தோன்றியது, நாணம் அதற்குத் தடைப் போட்டது.

இதற்குப் பெயரென்ன? இதுதான் காதலா? கண்டதும் காதலா வெட்கித்தான் போனாள்.

சூடான எரிமலை இன்னும் அடங்கல, வெப்பமும் இன்னும் தணியல! .இரண்டு பேர்களுடைய நெஞ்சிலும் தடுமாற்றம்.

இனம் புரிந்து கொள்ள முடியாத தத்தளிப்பு.

அன்று இரவு முழுவதும் தாதியர் அவளை நன்றாகக் கவனித்துக் கொண்டார்கள். அவளின் தங்கையும் உடனிருந்து கவனித்துக்கொண்டாள்.

ஒரு மகாராணியைப் போல் கவனித்தும் தூக்கம் அவளின் கண்களைத் தழுவ மறுத்தது.

அவன் பார்தப் பார்வையில ஒண்ணும் முடியல.

“ஏன் இந்தப் பிறவி...? ஏன் இந்தப் பிறவி? என்று இதுவரை நெனைச்சிருந்தேன், ஆனால் டாக்டர் வேணுகோபாலைக் கண்டதும்,

“உயிரே... உன்னைப் பார்த்ததும், உலகமே புதுசாத் தெரியுது!”

கடைக் கண் ஜாடையோடு... தொடுக்கும் பாவையாக, மனத்துக்குள் ஏங்குகிறாள்.

இதே போலத்தான் வேணுகோபாலின் நிலமையும் இருந்தது.

மறுபடியும் ஹேமாவைப் எப்பொழுது போய்ப் பார்ப்போம் என்றாகிவிட்டது.

அதை நினைக்கையில் வேணுகோபலுக்கு வெட்கமாகவும் இருந்தது.

அவளோ நோய் தீர்க்க வந்த ஒரு நோயாளி.

இவரோ அந்த நோயாளியின் நோய்த் தீர்க்கும் மருத்துவர்.

இருந்தும் பார்த்த நிமிடமே அவர் உள்ளத்தில் குடி கொண்டாள்.

உள்ளத்தால் ஒன்றிணைந்த காதல்.

வேணுகோபால் எத்தனையோ அழகான, அறிவான புரட்சிப் பெண்ணை, புதுமைப் பெண்ணைப் பார்த்திருக்கிறார்.

எல்லோரிடமும் கிடைக்காத ஓர் ஈர்ப்பு ஓர் உணர்வு அவளிடம் கிடைத்தது.

இப்படித்தான் அவளின் நிலமையும் இருந்தது என்பதை யார் அறிவார்?

மறுநாள் பொழுது புலர்ந்தது.

டாக்டர்வேணுகோபாலும் ஒவ்வொரு நோயாளியாகப் பரிசோதித்து அவர்களை எப்படிக் கவனிக்க வேண்டும், என்ன மருந்து கொடுக்க வேண்டுமென்பதைத் தாதியரிடம் சொல்லிக் கொண்டே வந்தார்.

அவர் சொல்வதைத் தாதியரும் குறிப்பு எடுத்தனர்.

முறையே ஹேமாவின் அருகே வந்தார்.

அவரைப் பார்த்ததும் அவளின் முகம் சூரியனைக் கண்ட தாமரையைப் போல மலர்ந்தாலும், வெட்கத்தால் அவள் முகம் சிவந்து போனது.

பின்னர் அவளைப் பரிசோதித்துவிட்டு,

“இப்ப நிலமைக் கொஞ்சம் தேவலை, இருந்தாலும் இன்னும் இரண்டு நாளைக்கு மருத்துவமனையிலேயே தங்கி டிரேட்மென் எடுத்துக்குங்க!”

என்றார் மௌனமாகச் சிரித்துக் கொண்டே.

இதைக் கேட்டதும் அவளுக்கும் உள்ளுக்குள் சிரிப்பு வந்தது.

அதை அடக்க முடியாமல், கன்னங்கள் குழியும்படியாகச் சிரித்தாள்.

அவள் முகத்தை புன்னகை அரும்ப அவரும் பார்த்தார்.

இருவர் கண்களும் தடையில்லாமல் வேகமாகச் சந்தித்துக்கொண்டன.

“ஏன் தங்கச் சொல்றேன்னா? இன்னும் முழுசா குணமடையல, அப்பறம் வீட்டுக்குப் போனப் பிறகு ஒன்னுக் கிடக்க ஒன்னாயிட்டா திரும்ப ஓடியாரணும் பாரு? அதனாலத்தான் சொல்றேன். நல்லா குணமடைஞ்சப் பிறகு போகலாமுன்னு!”

என்று சொல்லியவர் ஓரக் கண்ணால் அவளைப் பார்த்து ஒரு கண்ணை சிமிட்டினார்.

அதைக் கண்ட அவளுக்கு வெட்கம் தாளமுடியவில்லை.

இப்படியே அந்த இரண்டு நாட்களும் இரண்டு நிமிஷங்கள் போல் ஓடி மறைந்தன.

அந்த இரண்டு நாட்களில் இருவரும் காதலைப் பற்றி கண்ணால் பேசிக்கொண்டார்களே தவிர, மனம்விட்டு வாய்விட்டு எதுவுமே பேசிக்கொள்ளவில்லை.

இருந்தும் இருவரின் மனமும் பேசத் துடித்தது.

ஆனால் ஏதோ ஒன்று பேசத் தடைப் போட்டது.

வேணுகோபாலின் மனம் அவள் மருத்துவமனையைவிட்டுப் போவதற்குள் அவளிடம் தன் காதலைச்சொல்லிவிடத் துடித்தது.

அவள் மருத்துவமனையைவிட்டுப் போகும் நேரமும் வந்தது, ஒரு தாதியைக் கூப்பிட்டு;

"ஹேமாவை எனது அறைக்கு வந்து போகச் சொல்லுங்கள், அவுங்க எப்படிப் பாதுகாப்பாக இருக்க வேணும் என்பதைக் கொஞ்சம் சொல்லணும் அதான்!"

என்று சொன்னார்.

அப்படிச் சொன்ன அவரின் முகத்தில் அசடு வழிந்ததைக் கண்டு, தாதியும் உள்ளுக்குள் சிரித்துக் கொண்டார். பின்னர் தாதியும்,

"ஹேமா... டாக்டர் உங்களைக் கூப்பிடுகிறார்"

என்று அவளிடம் சொல்ல, அவளும் சிரித்துக் கொண்டே டாக்டரின் அறையை நோக்கிச் சென்றாள்.

உள்ளே வந்த அவளை எதிரேயுள்ள நாற்காலியில் உட்காரச் சொன்னார். உட்கார்ந்த அவளைப் பார்த்தவாறே, பேச்சை ஆரம்பித்தார். அவளின்

பார்வை பூமியைப் பார்த்தப்படி இருந்தது.

"ஹேமா... நான் ஏன் உங்களை வரச் சொன்னேன் தெரியுமா?"

என்று அவள் முகத்தை பார்த்தார்.

அவளும் நாணத்தோடு அவரைப் பார்த்த படியே,

“ஹீம்… சொல்லுங்க சொன்னாத்தானே தெரியும்? நானென்னெ நாலும் தெரிஞ்ச ஞானியா?”

என்றாள் ஆசையை வெளியே காட்டாமல், எதுவுமே தெரியாதது போல.

“நான் சொன்னபடி மருந்தையெல்லாம் ஒழுங்காச் சாப்பிடுங்க, தண்ணியிலே அதிக நேரம் இருக்காதீங்க, அப்படி ஏதாவது அவசரம் அப்படின்னா உடனே என்னோட இந்த எண்களுக்கு, கூப்பிட்டுவிட்டு உடனே மருத்துவமனைக்கு வந்து சேருங்க. மத்ததையெல்லாம் நான் பார்த்துக்கிறேன் என்ன புரியுதா?”

என்றவரை கெட்டிக்காரத்தனமாக அவரின் தொலைபேசி எண்களைக் கொடுக்கிறார் என்பதை நாசூக்காகப் புரிந்து கொண்டு சிரிப்பை அடக்க முடியாமல், மௌனியாகச் சிரித்தாள்.

“இதையெல்லாந்தான் வார்டிலேயே சொல்லிட்டீங்களே? இன்னும் என்னா அரைச்ச மாவையே அரைக்கிற மாதிரி!?”

என்று வெடுக்கென்று கேட்டே விட்டாள்.

அவள் அப்படிக் கேட்பாள் என்று கொஞ்சமும் எதிர்பார்க்காத அவருக்கும் நாணம் கப்பிக் கொண்டது.

அந்த இடத்தில் நாணம் பொது சொத்தாகிப் போனது.

இதற்கு மேலும் மூடி மறைக்க விருப்பமில்லாமல், முழுசாய் நனைந்தவனுக்கு முக்காடு எதற்கு?

என்று தன்னைத்தானே கேட்டுக் கொண்டு, எதற்கும் துணிந்தவனாய்;

“ஹேமா… நான் சொல்றதைக் கேட்டு நீங்க சிரிக்கவோ, என்னைத் திட்டவோ கூடாது!” என்று சொல்லியவாறே அவளைப் பார்த்தார்.

அவளும் அவரைத் தலை நிமிர்ந்து பார்த்துச் சிரித்தவாறே,

“ஹீம்… சொல்லுங்கோ…!”

என்றவளின் சிரிப்பழகு வேணுகோபாலை மேலும் கிறங்க வைத்தது.

"ஹேமா, நானும் எத்தனையோ பொண்ணுங்களை என் வாழ்க்கையிலே சந்திச்சிருக்கேன் எங்க வீட்டுலையும், எங்க அம்மா, அப்பா எனக்கு எத்தனையோ பொண்ணுங்களைப் பார்த்தாங்க... ஏனோ தெரியல அவுங்களையெல்லாம் புடிக்கல ஆனா உங்களைப் பார்த்தவுனேயே எனக்குப் புடிச்சிருக்கு. இதுதான் இறைவனின் விருப்பமோ என்னவோ? அதான் நீங்க உங்களுக்கு விருப்பம்மிருந்தா? நான் உங்களைக் கல்யாணம் பண்ணிக்க விரும்புறேன், நீங்க என்னச் சொல்றீங்க ஹேமா?"

தட்டுத் தடுமாறி விஷயத்தைச் சொல்லிவிட்டார்.

அவளிடமிருந்து என்ன பதில் வருமோ?

நல்ல பதிலாக வரவேண்டுமென்று இறைவனை வேண்டிய படியே அவளைப் பார்த்தார்.

அதைக் கேட்ட அவளின் வெள்ளை விழிகள் சிவந்தன.

அவன் பார்த்தப் பார்வையில் அவளுடைய கன்னம் சிவந்தது.

சந்தோஷத்தோடு வெட்கமும் சேர்ந்து பின்னிக் கொண்டாலும், இது நடக்கிற காரியமா?

என எண்ணத் தோன்றியது.

"நல்லா யோசனைப் பண்ணித்தான் சொல்றீங்களா? அதுவும் திடீர்னு கேட்கிறீங்க... எனக்கு விருப்பமிருந்தாலும், உங்க அப்பா, அம்மாவைப் பத்தி எனக்குத் தெரியாது! அவுங்க இதுக்கு சம்மதிப்பாங்களா?

என்னைப் போல ஒரு பொண்ணை அவுங்க மருமவளா ஏத்துக்குவாங்களா? இது நடக்கிற விஷயமா?

அப்படியே ஏத்துக்கிட்டாலும்... ஊர் உலகத்தைப் பத்தி கொஞ்சம் நினைச் சிப்பார்த்தீங்களா? உங்கள் இமேஜைக்

கொஞ்சம் நினைச்சிப் பார்த்தீங்களா? என்னை மணந்தால் ஊர் உலகம் உங்களைத் தூற்றாதா?"

என்று தன் மனத்திலுள்ள அனைத்தையும் கொட்டினாள்.

அவளும் விரும்புவதைக் கொஞ்சமும் காட்டிக்கொள்ளாமல் சமாளித்தாள்.

"அதைப்பற்றியெல்லாம் நீங்க ஏன் கலைப் படறீங்க? ஹேமா ஒன்னு சொல்றேன் நீங்க கவனமா கேளுங்க... என்னடா இவன் சொன்னதையே கீறல் விழுந்த ரெக்கார்டு மாதிரி திரும்ப திரும்பச் சொல்றான்னு நெனைக்காதீங்க. எனக்கு எத்தனையோ பொண்ணைப் பார்த்தாங்க, ஆனால் எனக்குப் புடிக்கல, ஆனால் உங்களைப் பார்த்தவுடனேயே புடிச்சிருக்குன்னா! இது இறைவன் போட்ட முடிச்சினுத்தான் எனக்குத் தோணுது! உங்களுக்கு விருப்பமானுன்னு மட்டும் சொல்லுங்க மத்ததை நான் பார்த்துக்கிறேன்!"

என்று சொன்னவர், அவள் அழகில் கிறங்கித்தான் போனார்.

அவரது துணிச்சலைக் கண்டு வியந்தாள்.

அவரும் எந்த விதத்திலையும், குறைந்தவர் அல்ல என்பதை அவனது உயரிய எண்ணங்கள், நேர்மை, தொழில், பணிவன்பு, புன்னகை எடுத்துக் காட்டியது.

அவளும் தண்ணீருக்குள் விழும் மழைத்துளியைப் போல் தன்னை அவனுள் தொலைத்துவிட்டிருந்தாள்.

"என்னைத் திருமணம் செய்து கொண்டு, என்னோடு வாழ வேண்டுமென்று உண்மையிலேயே ஆசைப்படுறீங்களா?"

ஏதோ ஓர் ஏக்கத்தோடே கேட்டாள்.

அவள் சொன்ன உட்பொருள் அவனுக்குப் புரிந்திருக்க நியாயமில்லை.

"ஆமாம்... ஹேமா, நான் வாழ வேண்டும்! உன்னோடு காலம் பூரா வாழ வேண்டும்!" என்று சொன்னவர் ஆவலோடு அவள் முகத்தைப் பார்த்தார்.

அவளும் முழு மனதோடு தன் சம்மதத்தை தெரிவித்தாள். இருவரும் விடை பெற்றனர்.

அதன் பிறகு காலம் நேரம் பார்க்காமல் சந்தித்தனர்.

"விழியால என்னை மயக்கிவிட்டாய் என்னுயிரே"

என்று சொன்னவர், அவள் காதல் நோய்க்கு மருந்தானார்.

தன் பெற்றோரிடம் விருப்பத்தைச் சொல்லி, அவர்களின் சம்மதத்தோடு நல்ல நாள் பார்த்துத் திருமணம் ஏற்பாடாகியது.

ஹேமா நினைத்துக் கூடப் பார்த்ததில்லை, இதுவெல்லாம் நடக்குமென்று.

திருமணத்திற்கு, அவளைப் பெற்றெடுத்தத் தாய் தந்தையரையும் கூப்பிட்டிருந்தாள்.

அண்ணன்கள் இருவரும் கூட அவர்களின் மனைவியரோடு திருமணத்திற்கு வந்திருந்தனர்.

அவளைப் பெண்ணாக்கியத் தாய் சாந்தாவே திருமணத்தை முன்னிருந்து நடத்தி வைத்தாள்.

அதோடு மட்டுமல்லாமல் வேணுகோபாலின் அனுமதியோடு அவளுக்குத் தெரிந்த திருநங்கைகளுக்கெல்லாம் அழைப்புக் கொடுத்திருந்தாள். அவர்களும் திருமணத்திற்கு வந்து ஆடிப் பாடி சிறப்பு சேர்த்தனர்.

ஒரு வழியாகத் திருமணம் சிறப்பாக நடந்தேறியது.

அந்தச் சமயத்தில் கூட அவளின் பெற்றோரையும் உடன் பிறந்தோரையும் அவனுக்கு அறிமுகப்படுத்தி வைக்கவில்லை.

வாழ்க்கை எனும் பூஞ் சோலயிலே, சில நேரங்களில் அவருக்கு அவள் குழந்தையானாள், அவளுக்கு அவர் குழந்தையானான்.

மாமன் வந்து என்னைக் காக்க, நானும் அவரைக் காக்க, என ஒண்ணாகக் கலந்து சந்தோஷமாக வாழ்க்கையில் பயணித்தனர்.

சீரும் சிறப்பாக ஓடிக் கொண்டிருந்த அவர்களது வாழ்கையில், யார் கண் பட்டதோ? ஹேமாவுக்கு ஆளைக் கொல்லும் காச நோய் பற்றிக் கொண்டது.

அத்தியாயம் 13

வேணுகோபால் மருத்துவராக இருந்ததால் ஆரம்பத்திலேயே கண்டறிந்து குணப்படுத்தினார்.

அந்தச் சமயத்தில்தான் ஹேமா சிந்திக்கத் தொடங்கினாள்.

தனக்கு ஏதாவது ஆகிவிட்டால் தன் கணவன் தனி மரமாகிவிடுவாரே,என பயந்தாள்.

தனது வேதனையை அவரோடு பகிர்ந்து கொண்டாள்.

"ஹேமா, நீ தேவையில்லாததை எல்லாம் வீணாக் கற்பனைப் பண்ணிக்கிற... அதுதான் உனக்குக் குணமாகிடுச்சுல்ல இன்னும் என்ன?"

என்று சொல்லி அவளைச் சமாதனப்படுத்தினார்.

அதை அவள் கேட்பதாக இல்லை.

"நான் என்ன சொல்ல வறேன்னா நமக்கு ஒரு புள்ள இருந்துச்சுன்னா? நமக்குத் துணையா இருக்குமேனுத்தான் சொல்ல வந்தேன்"

இப்படி சொன்னவள் ஒரு கணம் தடுமாறித்தான் போனாள்.

அதை விரும்பாத அவரும்,

"அதைப்பத்திப் பிறகு யோசிப்போம் ஒன்னும் அவசரமில்லை, சும்மா தேவை இல்லாததை எல்லாம் நெனச்சி குழப்பிக்க வேண்டாம்... உனக்குன்னு நானிருக்கேன், எனக்குன்னு நீயிருக்கே இன்னும் நமக்கு மத்தது தேவைதானா? என்னை நீ உன்னோட இதயத்திலே சுமக்கிறதால உன் இதயமும் கருவறைதான்!"

அவரது பேச்சிலிருந்து அவளை அவர் எந்த அளவுக்கு நேசிக்கிறார் என்பது தெளிவானது.

"என்னை நீ இதயத்திலே சுமக்கிறதாலே, உன் இதயமும் கருவறைதான்" என்று அவர் சொல்வதைக் கேட்டவுடன், அவள், அவரது மார்பின் மீது முகம் புதைத்து அழுதாள்.

'இது ஆனந்தக் கண்ணீர்.'

இப்படியொரு புருஷன் யாருக்கு கிடைக்கும்? என எண்ணியவள்;

"இந்தப் பிறவியில மட்டுமல்லங்க... இனி எத்தனை பிறவி எடுத்தாலும் நான் உங்களுக்கே மனைவியாக வேண்டும்; பருவங்கள் ஓடிப் போகும் உருவங்களும் மாறிப் போகும், நான் உங்கள் மீது வைத்திருக்கும் காதல் மட்டும் என்னைக்குமே மாறாது!"

அவருக்கு முத்த மழைப் பொழிந்தவாறே சொன்னாள்.

பதிலுக்கு அவரும் அதையே திருப்பிச் சொன்னார்.

சிறிது காலம் கழித்து "ஹேமா ஒரு கூட் நியூஸ், ஒரு குழந்தை வேண்டுமென்றாயே? ஒரு குழந்தையைத் தத்தெடுக்கலாமென்று நானும் முடிவு செஞ்சுட்டேன். உனக்கு சம்மதம்தானே?"

என்று ஆவலோடு கேட்டார்.

அதைக் கேட்ட அவளும் ஒரு கணம் சிந்தித்தாள்.

பல வாறாக யோசனைப் பண்ணிப் பார்த்தவள்,

"குழந்தையைத் தத்தெடுக்கலாம், அதுல தப்பேதும் இல்லைதான், இருந்தாலும், நம்ப பெத்தெடுக்கிற குழந்தைக்கு ஈடாகுமா?"

அவள் புதிர்ப் போட்டுப் பேசினாள்.

அது அவருக்குப் புரியவில்லை.

"நீதான் குழந்தை வேண்ணுமுன்னு சொன்ன!... இப்ப நீயே பெத்தெடுக்கிற குழந்தைக்கு ஈடாகுமானு கேட்கிறே! என்னால புரிஞ்சுக்கவே முடியலப் போ! இப்ப என்னதான் பண்ணனுங்குற?!"

சற்று குரலை உயர்த்தி ஆதங்கத்துடனேயே கேட்டார்.

"அப்படிக்கேளுங்க... நீங்க இரண்டாங் கல்யாணம் பண்ணிக்கனும், அப்படி நடந்துச்சுன்னா... நம்ம குழந்தை நம்ம வீட்டுலேயே பொறக்கும் இல்லையா?"

அவள் எந்த சஞ்சலமும் இல்லாமல் சிரித்துக் கொண்டே சொன்னாள்.

"உனக் கென்னா பயித்தியமா புடிச்சிருக்கு? உன்னை மறந்து ரெண்டாங் கல்யாணமா?"

ஆத்திரம் அவர் கண்ணை மறைத்தது.

"நம்ம குழந்தை நம்ம வீட்டுலப் பொறக்குறதுக்கு ஐடியாச் சொன்னா ஏன் இவ்வளவு ஆத்திரப்படுறீங்க? ஊர் உலகத்துல நடக்காததையா சொல்லிப்புட்டேன்?"

அவளும் சத்தமாகவே பேசினாள்.

"அப்படியே ரெண்டாங் கல்யாணம் பண்ணினாலும் யாரு பொண்ணு கொடுப்பாங்க? உங்கப்பனா?"

இதைக் கேலியாகவே சொன்னார்.

"அட.. டே சிக்குனு புரிஞ்சுகிட்டிங்களே... பரவாயில்லையே?"

அவள் எந்த பரபரப்பும் இல்லாமல் சொன்னாள்.

"ஹேமா... என்ன கிண்டலா? வீணா அலையாதே!"

அவர் கோபம் தணியவில்லை.

"கிண்டலுமில்லே சுண்டலுமில்லே நீங்க இதுக்கு சம்மதிப்பீங்கனு நெனைச்சித்தான் நான் சொன்னேன். நான் உங்களுக்கு ஒரு பொண்ணுப் பார்த்து வைச்சிருக்கேன். அந்தப் பொண்ண நீங்க கட்டிக்கிடனும்!"

இதைக் கேட்டவுடன், அவர், இதயம் வெண்ணிற மேகத்தை துரத்திவிட்டு கார் முகிலுக்குள் புகுந்து கொண்டது.

"பொண்ணு வேறு யாருமல்ல, எல்லாம் உங்களுக்குத் தெரிஞ்சப் பொண்ணுதான்!"

அவள் வேதனை இல்லாமல் தன் வாழ்க்கையைப் பங்கு போடத் துணிந்தாள்.

"என்ன? எனக்குத் தெரிஞ்சப் பொண்ணுதானா? எவ... அவ...? யார் அந்த மோகினி?"

"அந்தப் பொண்ணு உங்க மருத்துவமனையிலத்தான் தாதியா வேலை செய்யுறா! அதாங்க நம்ம ஜமுனாதாங்க!"

என்று சொல்லி அவரைப் பார்த்தாள்.

இதுவரை அவள் குடும்ப விஷயங்களை அவரிடம் சொன்னதில்லை, சொல்வதற்கு வாய்ப்பும் ஏற்பட்டதில்லை.

ஜமுனா ஹேமாவின் தங்கையென்று அவருக்குத் தெரியாது.

நம்ப ஜமுனாத்தான் என்றதும் ஒரு கணம் திகைத்துப்போனார்.

"என்ன? நம்ப ஜமுனான்னு இணைச்சிப் பேசற?"

அதிர்ச்சியுடனே கேட்டார்.

"ஆமாங்க... நம்ப ஜமுனாத்தான்... அவ என் கூடப் பிறந்த தங்கச்சி, இதுவரைக்கும் நான் சொல்லல, சொல்ல வாய்ப்பும் கிடைக்கல, அதான் இப்பச் சொல்றேன். எங்கூடப் பிறந்தவங்க மூனு பேரு, இரண்டு அண்ணன்ங்க, ஒரு தங்கச்சி, அந்தத் தங்கச்சித்தான் ஜமுனா, அவளுக்கு இன்னும் கல்யாணமாகல! அவ முன்ன வேலை செஞ்ச இடத்துல எவனையோ காதல் பண்ணினாளாம், அவன் அவளைக் கட்டிக் கிடாம ஏமாத்திட்டானாம். அதிலேயிருந்து கல்யாணமும் வேண்டாம் கத்தரிக் காயும் வேண்டானு பிடிவாதமா இருக்கா! யாருக்கு யாருன்னு ஆண்டவன் எழுதி வச்சிருக்கானோ, அங்கத்தானே முடியும். அதைத் தடுக்க யாரல முடியும்?"

"அதுக்கு...!"

அவர் கோபமாகக் கத்தினார்.

"அதான் அவளை நீங்க கல்யாணம் பண்ணிகிட்டா அவளுக்கும் வாழ்வு கிடைச்ச மாதிரி இருக்கும். நமக்கும் நம்ம குழந்தை நம்ப வீட்டிலேயே பொறக்குறதுக்கு வாய்ப்பும் கிட்டும், வேண்டானு மட்டும் சொல்லிடாதீங்க! வெண்ணையைக் கையிலே வச்சிக்கிட்டு ஏங்க ஊரெல்லாம் நெய் நெய்யினு அலையணும்?"

பதற்றமில்லாமல் சொன்னாள்.

அதைக் கேட்டுச் சிலையாக நின்றவர்...

"இங்கப் பாரு ஹேமா... சொர்க்கமும் நரகமும் நாம வாழற வாழ்க்கையிலத்தான் இருக்கு! நீ... வாழ்க்கையோடு விளையாடுறது மட்டும் எனக்கு நல்லா தெரியுது. நான் அப்பவே நெனைச்சேன் உன்னோட முகச் சாயல் ஜமுனாவுக்கு இருக்கேன்னு, இருந்தும் நானும் கேட்கல! ஹேமா உன்னை மறந்து நான் ஜமுனாவைக் கல்யாணம் பண்ணிக்கிறதா? அது முடியாது ஹேமா முடியாது. தேவதைப் போல நீ இருக்கும்போது இன்னொருத்தியா?!"

வேண்டாமென்று அவர் கெஞ்சினார்.

"இங்க பாருங்க... யாரு சொன்னா என்னைய மறந்துட்டு ஜமுனாவைக் கல்யாணம் பண்ணிக்கச் சொல்லி? அவளை நீங்க கல்யாணம் பண்ணிகிட்டு நாம எல்லாருமே ஒன்னா ஒரே வூட்டுல இருக்கலாங்க! என்ன இருந்தாலும் அவ என் தங்கச்சி இல்லையா?"

குழந்தையின் வரவை எண்ணிக் கனவுகளைச் சுமந்தவாறு கெஞ்சினாள்.

"உன் இஷ்டத்துக்கு நீ சொல்ற? இதுக்கு ஜமுனா சம்மதிப்பாளா?" குழந்தைக்காக அவரும் அதற்கு சம்மதித்தார்.

"அந்தக் கவலை உங்களுக்கு எதுக்கு? அவளைச் சம்மதிக்க வைக்க வேண்டியது எம் பொறுப்பு. ஆஸ்பத்திரியில் அவளைப் பார்த்தீங்கனா, நான் வீட்டுக்கு வரச் சொன்னதா சொல்லுங்க! அப்படியே இன்னிக்கி நான் சமைச்சி தருவதையும், அவகிட்ட கொடுத்திடுங்க! என்ன? நான் சொல்றதுப் புரியுதுங்களா?"

மிகுந்த துணிச்சலுடன் சொன்னவள், பாதி வெற்றி பெற்ற களிப்பில் மிதந்தாள்.

வேணுகோபாலும் மருத்துவமனையை அடைந்தும் ஜமுனாவைத் தேடினார்.

ஜமுனாவை அங்குக் காணவில்லை. கலையான அவருடைய முகம், கலக்கத்தை உண்டு பண்ணியது.

என்ன இருந்தாலும் மச்சினிச்சி ஆயிற்றே.

உறவு விட்டுப் போகுமா? அங்குள்ள மற்ற தாதியரிடம் விசாரித்தார். அவர்களும் இன்னும் அவள் வரவில்லையென்று சொன்னார்கள்.

வெளியே இடி மின்னலுடன் மழையோ சோவெனப் பெய்து கொண்டிருந்தது.

அவள் வருவாளா?

வழி மேல் விழி வைத்து பார்த்துக் கொண்டிருந்தார்.

அதோ வந்துவிட்டாள். ஒரு டெக்சியிலிருந்து இறங்கியவள் குடை பிடிக்காமல் உள்ளங்கையை உச்சந் தலையில் வைத்தவாறு, மேல் மூச்சி கீழ் மூச்சி வாங்க வாசலை வந்தடைந்தாள்.

டெக்சியை விட்டு இறங்கியவள் முன்னும் பின்னும், பாதி நனைந்து, நனையாமலும் வந்தவள் பார்ப்பதற்கு அழகாகவும் இருந்தது, பரிதாபமாகவும் இருந்தது.

அப்படி போனவளை எதிர்கொண்டழைத்தது, அத்தான் வேணுகோபால்தான்.

இதைப் பார்த்த அவளுக்கு ஆச்சரியமாகவும், அதிர்ச்சியாகவும் இருந்தது. வந்ததும் வராததுமாக... அவர் இட்ட அன்பான கட்டளை இதுதான்.

"முதல்ல உடையை மாத்திட்டு என்னோட அறைக்கு வந்துட்டுப் போ ஜமுனா!"

என்ற அன்பான கட்டளையைக் கேட்டு அசந்துதான் போனாள்.

அவளும் ஈர உடைகளை மாற்றிவிட்டு, அவர் அறையை நோக்கிப் போனாள்.

உள்ளே போனவளை;

"உட்கார் ஜமுனா"

என்றார்.

அவளும் எதிரேயுள்ள நாற்காலியில் அமர்ந்தாள். பிறகு அவரே பேச்சை ஆரம்பித்தார்.

"ஜமுனா... என் மனைவி ஹேமா உன் கூடப் பிறந்தவளா?"

"ஆமாம்"

என்று மௌனமாகத் தலையசைத்தாள்.

அடுத்து என்ன கேள்விக் கேட்கப் போறாரோ? என தலையை உயர்த்தி அவரைப் பார்த்தாள்.

"கல்யாணத்திற்குக் கூட வந்து எல்லா வேலையையும் செஞ்சீங்க... ஒரு வார்த்தைக் கூடச் சொல்லலயே... ஹேமாவும் எங்கிட்ட சொல்லாம மறைச்சிடுச்சி! சரி அது போகட்டும் அது உங்க குடும்ப விஷயம்...!"

என்று பெருந்தன்மையோடு சொன்னவர் தொடர்ந்தார்.

"ஜமுனா... ஹேமா உன்னைய வீட்டுக்கு வரச் சொல்லிச்சு. வேலை முடிஞ்சு வீட்டுக்குப் போயிட்டுப் போ, அப்படி எனக்கும் அந்த நேரத்துல வேலை முடிஞ்சா எங்கூடயே வர்றதுனாலும் சரிதான்!"

என்று அவளைப் பார்த்தார்.

அவளுக்கு "ஏனத்தான்?" என்று கேட்க வேண்டும் போல் இருந்தது. இருந்தும் அவள் கேட்கவில்லை.

அக்காவின் கணவர் அல்லவா? வெட்கம் தடை போட்டது.

அவர் அப்படி சொல்லியதிலிருந்து, அவளுக்கு வேலையே ஓடவில்லை. எப்படியோ வேலையும் ஒரு வழியாக முடிந்தது.

அத்தானை எட்டிப் பார்த்தாள், அவர் வேலையில் மும்முரமாக இருந்தார்.

அவருக்காகக் காத்திராமல் அவள் தன் உடமைகளை எடுத்துக் கொண்டு கிளம்பினாள். போகும் வழியெல்லாம் அவளின் மனம் ஒரே அலைக் கழிப்பு. எதற்காக ஹேமா தன்னை வரச் சொன்னாள்? என்னவாக இருக்கும்?

அவளுக்கு போய் சேரும் வரை இருப்புக் கொள்ளவில்லை.

ஒரு வழியாக ஹேமாவின் வீட்டை அடைந்தாள். ஹேமாவும் அவளின் வருகைக்குக் காத்திருப்பதைப் போலவே வாசலின் முன்புறம் நின்று கொண்டிருந்தாள்.

அவள் தற்செயலாக முற்றத்திற்கு வந்தாளா? அல்லது தங்கைக்காகக் காத்திருந்தாளா? அது அவளுக்கு மட்டும்தான் தெரியும்.

தங்கைக்காகக் காத்திருந்தாள் என்றால் எவ்வளவு நேரம் காத்திருந்திருப்பாள்?

அப்படி என்றால் எவ்வளவு எண்ணங்களைச் சுமந்து கொண்டிருப்பாள்? அவள் உறங்கியிருந்தாலும் அவள் உள்ளம் மட்டும் உறங்காதிருக்கும் என்றுதான் தோன்றுகிறது.

எது எப்படியோ தங்கையை முத்துப் பல் சிரிக்க வரவேற்றாள்.

"வா... ஜமுனா... உள்ளேவா!" என்றவள் "என்ன சாப்பிடுற? என்ன தண்ணி வேணும்? மைலோவா? கோப்பியா?"

என அன்போடு கேட்டாள்.

"அது இருக்கட்டும் என்னை எதுக்கு வரச் சொன்ன?"

என்று ஏதும் புரியாமல் ஆவலோடு அவளைப் பார்த்தாள்.

"ஜமுனா நான் சொல்லப் போறதைக் கேட்டு நீ அதிர்ச்சி அடையக் கூடாது!"

என்று தங்கையை பார்த்தாள்.

"சொல்லு சொல்லு சொன்னாத்தானே தெரியும்? அதிர்ச்சி அடையற விஷயமா? இல்ல சாதரண விஷயமான்னு?"

தெரிந்து கொள்ளும் ஆவலை அடக்கி வைத்துக் கொண்டு அவளைப் பார்த்தாள்.

"ஜமுனா... உன்னில் என்னைப் பார்க்க விரும்புறேன்! இது நடக்குமா? நடக்காதா? என்பது உன் கையில்தான் இருக்கு!"

ஏதோ மந்திரம் போட்டவள் போல் பேசினாள் ஹேமா.

"நீ இப்படித்தான் எதை பேசினாலும் குதர்க்கமாகவே பேசுவ! கொஞ்சம் புரியும் படியாத்தான் சொல்லேன்!"

இப்படிக் கேட்டவளின் ஆவல் அதிகரித்தது.

"நீ... இன்னும் எவ்வளவு காலத்துக்குத்தான் இப்படியே கன்னி கழியாம கெடக்கப் போற? உனக்கும் கனவுகள் ஏதாவது இருக்குமில்லையா? இருந்தா சொல்லு! எங்களால முடிஞ்சா உன் கனவை நினைவாக்கப் பார்க்கிறோம்!"

என்று சொல்லி அவள் பதிலுக்காக, என்ன பதில் சொல்லப் போறாளோ? என பித்துப் பிடித்தவள் போல் காத்திருந்தாள் ஹேமா.

"உனக்கு எத்தனைத் தடைவத்தான் சொல்லறது? ஏன்தான் உனக்குப் புரிய மாட்டேங்குதுன்னுதான் எனக்குத் தெரியலை!?"

கோபத்தோடு கத்தினாள்.

மீண்டும் மெல்லியப் பூங் காற்று வீசி, என் வாழ்க்கையிலே வசந்தம் வருமுன்னா நீ நினைக்கிற? இதுவெல்லாம் கனவுலக்

கூட நடக்காது, காஞ்சிப் போன பூவு மறுபடி பூக்குமா? அது போலத்தான் என் வாழ்க்கையும்!"

தன் மனதில்லுள்ளதை மறைக்காமல் இறக்கி வைத்தாள் ஜமுனா.

"என்னா? உன்னைய ஒருத்தன் அவனோட பேரை என்னாச் சொன்னே? ஆங்... ஆனந்தன் அந்த பிஸ்நாரி ஏமாத்துனதத்தான சொல்ற? அவங்கிடக்கிறான் வுட்டுத் தள்ளு! அதை உன் வாழ்க்கையிலே நடந்த ஒரு விபத்தா நினைச்சி மறந்துடு, இப்படி ஒவ்வொரு பொண்ணும் நினைச்சுக்கிட்டு இருந்தா, இந்த உலகத்துல எவளுக்குமே கல்யாணம் நடக்காது போ!"

என்று சொன்னவள், சமைலறைக்குப் போய் தங்கைக்காகச் செய்து வைத்திருந்த பால் பாயாசத்தைக் கொண்டு வந்து குடிக்கக் கொடுத்தாள்.

அத்தியாயம் 14

அதைக் கண்டு ஒரு கணம் திகைத்துத்தான் போனாள் ஜமுனா, இன்னமும் தனக்கு சின்ன வயசிலேயே, பால் பாயாசம் பிடிக்கும் என்பதை மறக்காமல் இருப்பதைக் கண்டு பெருமிதம் கொண்டாள்.

அதைக் குடித்துக் கொண்டே அவளைப் பார்த்தாள். குடித்து முடித்தவள். "ஹீம் பால் பாயசம் நல்லாயிருக்கே!"

"அதுப் போலதான் நான் சொல்லப் போற விஷயமும் இருக்கும். அதுக்கு உன்னோட சம்மதமும் வேணும்!"

"சரி சொல்லுப் பார்ப்போம்!" என்றாள்.

"ஜமுனா அத்தான்... ஒரு குழந்தையைத் தத்தெடுத்து வளர்க்கலாமுனு சொன்னாரு! ஆரம்பத்துல நானும் அப்படித்தான் சொன்னேன்... எனக்கென்னவோ இப்ப அதுல ஈடுபாடு இல்ல. அத்தானோட குழந்தைத்தான் எனக்கு வேணு முன்னுச் சொன்னேன... என்னால அவரோட குழந்தையைப் பெத்தெடுக்க முடியாது அதுதான் உனக்குத் தெரியுமே!"

"எனக்கு கர்ப்பப்பை, இருந்தா நான் ஏன் இப்படிக் கெஞ்சுறேன்? நானே பெத்துப் போட்டிருவேனே! அது இல்ல, வேற வழி அத்தானுக்கு, இன்னொருப் பொண்ணப் பார்த்துக் கல்யாணம் பண்ணி வச்சாத்தான், அவரோட குழந்தை இந்த வூட்டுல பொறக்குறதுக்கு வழியிருக்கு, இன்னொருப் பொண்ணுக்கு அத்தானைக் கல்யாணம் பண்ணி வைக்க எம் மனசு இடங் கொடுக்கல. நானும் ஒரு பொண்ணுத்தானே? எனக்கும் இதயம் இருக்குத்தானே? ஒரு குழந்தைக்காக இன்னொரு பொண்ணா?

அதனால என் தங்கை ஜமுனாவை இரண்டாங் கல்யாணம் பண்ணிக்கங்கன்னு அவருக்கிட்டக் கேட்டேன்!"

எனச் சொல்லித் தங்கையைப் பார்த்தாள், அவளின் முகம், கடுகைப் போட்டால் பொரிந்து விடும் போல் இருந்தது.

"அதுக்கு அத்தான் என்ன சொன்னாரு?"

என ஆத்திரத்தோடு கேட்டாள் ஜமுனா.

"ஆரம்பத்துல முடியவே முடியாதுன்னுத்தான் சொன்னாரு, எப்படியோ கெஞ்சிக் கூத்தாடி அவரோட சம்மத்தை வாங்கிட்டேன், இதுக்கு மேல உன்னோட சம்மதம்தான், மாட்டேன்னு சொல்லிறாதடீ ஜமுனா... இன்னொரு பொண்ணு இந்த வூட்டுல வாழறதுக்குப் பதிலா ஒரு தாயி வவுத்து பிள்ளைங்களான நாம ஏண்டி சேர்ந்து வாழக் கூடாது? மனமிருந்தால் வழியில்லாமல் போகாதடி நல்ல பதிலா சொல்லடி ஜமுனா!"

என்று சொன்னவள், குளிரும் தென்றல் காற்றைப் போல் இவள் சரியென்று சொல்லமாட்டாளா? ஏங்கினாள் ஹேமா.

இதையெல்லாம் கேட்டு மௌனமாக இருந்தவள்,

"சரி... சரி... நான் அம்மாவைக் கேட்டுட்டுப் பதிலைச் சொல்றேன்"

என்றவள் அங்கிருந்து கிளம்பினாள். அவளின் மனம் தன் உடன் பிறந்தவளின் வாழ்கையைப் பங்கு போட்டுக்கொள்வதா?

அவளுக்கு எப்படி இப்படியொரு மனம் வந்தது? வியப்பாகவும் குழப்பமாகவும் இருந்தது.

அவள் சிந்தித்துக் கொண்டே வீட்டை அடைந்தாள். தன் தாயைத் தேடினாள், காணவில்லை.

அதோ அம்மாவும் வந்துவிட்டாள். அம்மாவுக்கு மகளைப் பார்த்ததும் ஏதோ கவலையில் இருப்பதைப் போல், முகம் காட்டிக் கொடுத்தது.

"ஏன் ஜமுனா? ஏன் முகத்தில் தெம்பில்லாதவள் போலிருக்கிறாய்? என்னம்மா? வேலையிலே ஏதாவது பிரச்சனையா?"

என்று தன் மகளைப் பரிவோடுக் கேட்டாள் அம்மா.

எப்படி இருந்தாலும் பிள்ளைகளின் சுக, துக்கம், வேதனை, இன்பம் துன்பம் பத்து மாதம் சுமந்து பெற்றத் தாயிக்குக் கொஞ்சமாவது தெரியாமலா போகும்?

இப்படித்தான் தன் மகளைப் புரிந்து கொண்ட அம்மா அவளிடம் கேட்டாள்.

"அம்மா அவுங்க வீட்டுக்குப் போயிட்டுத்தான் வர்றேன்!"

அவுங்க வீட்டுக்குன்னு சொன்னது அம்மாவுக்குப் புரியவில்லை!.

"அதாம்மா.... டாக்டர் வேணுகோபால் வீட்டுக்குத்தான்!"

என்றாள் பூமியைப் பார்த்தவாறு.

"அதென்னடி டாக்டர் வேணுகோபால்? அக்கா வீட்டுக்கு போயிட்டு வர்ரேன்னுச் சொன்னா வாயிலுள்ள முத்துப் பல்லுக் கொட்டியாப் போயிடும்? பெத்தவளுக்குத்தாண்டி தெரியும் புள்ளையைப்பத்தி, காலம் உள்ள காலம் வரை வாழுமடி இந்தத் தாய்ப் பாசம், வண்ண வண்ண நெறங் காட்டி வானவில்லைப் போல மறையறது இல்லடி இந்தத் தாய்ப் பாசம்!"

என வரிந்து கட்டினாள்.

'ஆமாம் சின்ன வயசா இருக்கும் போது இந்தப் பரிவைக் காணோம், இப்ப எங்கிருந்து வந்துச்சி? இந்தப் பரிவு பாசம்? எப்படியோ இதுவும் பொய்யாகாமல் இருந்தால் சரிதான் என நினைத்தவள்'.

"அம்மா... அத்தான் வேணுகோபாலை என்னைய ரெண்டாந்தாரமா கட்டிக்கச் சொல்லுதும்மா, அவுங்களுக்குப் புள்ள வேணுமாம்; அதுவும் அவரோட புள்ளையே அந்த வூட்டுல

பொறக்கணுமா, அப்படி நான் கல்யாணம் பண்ணிக்கலனா, அத்தான் வேறொருப் பொண்ணைக் கட்டிகிடுவாறாம்... அதுக்கு எப்படி இப்படில்லாம் பேச மனசு வருதுன்னுத் தெரிலம்மா?"

அம்மாவுக்குத் தன் மகள் ஜமுனா எத்தனை காலத்துக்கு இப்படி கல்யாணம் ஆவாம இருக்கிறதைக் கண்டு வேதனைப் பட்டுக் கொண்டிருந்தவளுக்கு, இப்படியாவது கல்யாணம் ஆகட்டுமே என்று எண்ணியவள்;

"ஆமாம் ஒரு புள்ளைக்காக நீ இல்லனா வேறப் பொண்ணக் கட்டப் போறாரு! வர்றவ எப்படி இருப்பாளோ?"

தாயின் உள்ளம் பதை பதைத்தது.

"ஹேமா... சொல்லற படியே நீயே அவரை ரெண்டாந்தாரமாகக் கட்டிக்கிடலாமே? அவளுக்கும் துணையா இருக்கும்! உனக்கும் பாதுகாப்பாய் இருக்கும்?!"

விசால மனங் கொண்ட தாயைப் போல பேசினாள் அம்மா.

"அம்மா... நீங்க நல்லா யோசனைப் பண்ணித்தான் பேசறீங்களா? ஏற்கனவே நான் ஆனந்தை விரும்பியது உங்களுக்குத் தெரியும்தானே? தெரிஞ்சுமா அத்தானைக் கட்டிக்கிடச் சொல்றீங்க?"

அவள் அதைச் சொல்லும் பொழுது மனம் பட... படத்தது.

"இன்னும் எத்தனை காலத்துக்கு இதே பல்லவியைப் பாடப் போற? எல்லாத்தையும் ஒரு மூலையிலே மூட்டைக் கட்டிப் போட்டுட்டு, பேசாம ஹேமா சொல்ற மாதிரியே அவ புருஷனையே கல்யாணம் பண்ணிக்க. ஹேமாகிட்டப் போயிச் சொல்லு கல்யாண நாள் பார்க்கச் சொல்லு, நிலமை மாறினா நினைவுகளும் மாறிப் போவும்!"

என்று புன்னகைத்தவாறே சொல்லிவிட்டு வேற வேலைகளைக் கவனிக்க உள்ளே போய்விட்டாள் அம்மா.

பிறகு நன்றாக யோசனைப் பண்ணிப் பார்த்த ஜமுனாவும் கல்யாணத்திற்கு சம்மதம் தெரிவித்தாள்.

தன் தங்கை திருமணத்திற்குச் சம்மதிப்பாளோ? மாட்டாளோ? என்று கொதிக்கும் கடலில் தத்தளித்துக் கொண்டிருந்த ஹேமாவுக்கு, அவள் சம்மதம் தெரிவித்தவுடன், இந்த வீட்டிலேயும் குழந்தைச் சத்தம் கேட்கப் போவுது என ஆயிரம் கனவுகளுடன் சூட்டோடு சூடாக கல்யாண வேலைகளைக் கவனித்தாள்.

கல்யாணத் தேதியும் குறித்து திருமணப் பத்திரிக்கையும் அடித்து எல்லோருக்கும் கொடுத்து வந்தாள்.

இந்தச் சமயத்தில் அவளை பெண்ணாக்கி, துணயாயிருந்து வாழவைத்த அம்மா சாந்தாவையும், உறவுக்காரப் பெண்களையும் மறக்காமல் திருமண அழைப்பிதழைக் கொடுக்கச் சென்றாள்.

இந்த அழைப்பிதழைக் கொடுத்தால் அம்மா சாந்தா கண்டிப்பாகத் திட்டுவார் என்று அவளுக்குத் தெரியும்.

தெரிந்தும், சரி நடப்பது நடக்கட்டும் என்று நினைத்தாலும், பயம் அவளை ஆட்டிப் படைத்தது.

ஒரு வழியாகச் சாந்தாவின் வீட்டையும் அடைந்தாள்.

அங்கு சென்ற அவளை, அனைவரும் அன்போடு வரவேற்று, கட்டிப் பிடித்து முத்த மழைப் பொழிந்து, நலம் விசாரித்தனர்.

தாய் வீடு வந்திருக்கிறாள் என்று அவளுக்கு, வரவேற்பு பலமாக இருந்தது.

வண்ணச் சிலை போல் சாந்தா அம்மாவின் எதிரே வந்து, அம்மாவின் கையைப் பிடித்து, திருமண அழைப்பிதழைக் கொடுத்தாள்.

அதைப் பிரித்துப் பார்த்த அம்மாவுக்கு முகமெல்லாம் கோபத்தால் மாறிவிட்டது.

அதைக் கண்டு ஹேமாமட்டுமல்ல அங்குள்ள அனைவருமே ஒரு கணம் ஸ்தம்பித்துத்தான் போனார்கள்.

“ஏண்டி... உனக்கு அறிவு இருக்கா? தெரிஞ்சித்தான் பண்றயா? இல்லத் தெரியாமத்தான் பண்றயா? கவிபாரதிச் சொன்னப் புதுமைப் பொண்ணுன்னு நினைப்பா? வீரமங்கை மங்கம்மாப் பரம்பரைன்னு நினைப்பாடி உனக்கு?”

இன்னும் ஏதேதோ வாய்க்கு வந்ததையெல்லாம் திட்டித் தீர்த்தாள் சாந்தா.

“அம்மா என்னைய மன்னிசிருங்கம்மா! எனக்கு வேற வழித் தெரியல? அவரோட குழந்தையே வீட்டுல பொறக்கணும்னு நெனைச்சேன், அப்படி பொறக்குனும்முனா? ஒன்னு அவரு வேற ஒரு பொண்ணக் கல்யாணம் பண்ணிக்கனும், அதுக்கு எம் மனசு எடங் கொடுக்கல... அதான் தங்கை ஜமுனாவையே?”

என்று நிறுத்தியவளின் கண்களின் ஓரத்தில் கண்ணீர் முத்தாய் நின்றது.

“அடிப் போடி பைத்தியக்காரி... குத்து விளக்கேத்தி வச்சு, அங்கே மெத்தை ஒன்னு போட்டு வச்சி, அந்த மெத்தையிலே நீயும் உம் புருஷனும்மட்டுதான் இருக்கணும்முனு நாங்கலெல்லாம் கனவு கண்டுக்கிட்டு இருந்தோமடீ...! அதில மண்ணள்ளிப் போட்டிட்டியேடி! பின்னால எவ்வளவு பிரச்சனைகள் வருமுனு உனக்குத் தெரியாமப் போயிடுச்சேடி... நல்ல வாழ்க்கைக் கெடைச்சும், அதை உனக்கு வாழத் தெரியாமப் போயிடுச்சேடீ, இந்த மாதரி வாழ்க்கை யாருக்கடீ கெடைக்கும்?”

வாய்க்கு வந்ததையெல்லாம் வஞ்சனையில்லாமல் திட்டித் தீர்த்தாள் சாந்தா.

இப்படித் திட்டித் தீர்த்தவளை, ஒரு வழியாகச் சமாதானப்படுத்தி கல்யாணத்திற்கும் வர வழைத்துவிட்டாள் ஹேமா.

அவளைச் சேர்ந்தவர்கள் கல்யாணத்திற்கு வந்தால் ஆட்டம் பாட்டத்திற்கு கேட்கவா வேண்டும்?

மேள தாளத்தோடும், ஆட்டம் பாட்டத்தோடும் திருமணம் நடந்தேறியது.

வந்தவர்கள் மணமக்களை வாழ்த்தினார்களோ? இல்லையோ? ஆனால் ஹேமாவின் பெரிய மனசைக் கண்டு வந்தோர் அவளை வாழ்த்தினார்கள்.

ஆனால் ஹேமாவின் மனம் வெளியே சிரிப்பை உதிர்த்தாலும், அவளின் உள்மனம் அழவே செய்தது.

அவளும் பெண்தானே?

அவளுக்கும் ஓர் இதயம்தானே இருக்கிறது.

யார்தான் தன் புருஷனைப் பங்கு போடுவார்கள்?

மங்கல மாலையும், மஞ்சள், குங்கும் தந்து தன்னை மனைவியாக மாலை சூடியவன் அல்லவா?

இந்தச் சூழ்நிலையில் யாருடைய மனம்தான் வேதனைப்படாது?

அத்தனையும் மறைத்துக் கொண்டு, அங்கு வந்த அனைவரையும் அன்போடு உபசரித்தாள்.

திருமணம் முடிந்து ஜமுனாவின் படுக்கை அறைக்கு வேணுகோபால் போக மறுத்தார்.

"ஹேமா... என்னைய மன்னிச்சிடு ஹேமா... எம் மனசுலையும் சரி... எம் படுக்கையிலும் சரி, உன்னைத் தவிர வேறு யாருக்கும் இடம் கிடையாது எனது உயிர் நீதான், இப்படியிருக்கும் போது அங்கப் போயி... நான் என்னான்னு?!"

அவர் வேதனையோடு சொன்னார்.

அவர் அப்படிச் சொன்னது தன் மீது இத்தனைப் பாசமா?

அவள் மனம் மகிழ்ந்தாலும், அவசரப்பட்டு தன் தங்கை ஜமுனாவைக் கட்டி வச்சிட்டோமோன்னு எண்ணத் தோணுது அவளுக்கு.

இப்பவும் அதை வெளிக் காட்டிக்கொள்ளாமல்.

"அத்தான் நான் எப்பவுமே உங்க இதயத்துலத்தான் இருப்பேன், இப்ப ஜமுனா அறைக்குப் போறீங்காளான்னு"

அவனை ஜமுனாவின் அறைக்குள் தள்ளிவிட்டாள்.

காலங்கள் ஓடியது.

ஜமுனாவும் கருவுற்றாள்.

அவளைவிட ஹேமாவுக்குத்தான் அளவில்லாத ஆனந்தம்.

தங்கையை அலுங்காமல், குலுங்காமல் பார்த்துக் கொண்டாள். குழந்தையும் பிறந்தது.

குழந்தைப் பிறந்து மூன்று மாதம் கழித்து ஜமுனா வேலைக்குப் போனாள். ஹேமாவே குழந்தையை வீட்டிலிருந்து கண்ணுங் கருத்துமாகப் பார்த்துக் கொண்டாள்.

வாரத்தில் ஒருநாள் விடுமுறை, அந்த நாள் மட்டுமே ஜமுனா பார்த்துக்கொண்டாள்.

அத்தியாயம் 15

அந்த ஒருநாள் தன் கணவனுடன் ஹேமா வெளியே கடை வீதிக்கும், டவுனுக்கும் சென்று வருவாள்.

இப்படியே ஒரு தாய் வயித்து பிள்ளைகள் சந்தோஷமாக வாழ்ந்துகொண்டிருந்த சமயத்தில்தான், அவர்களின் வாழ்க்கையில் புயல் அடிக்கத் தொடங்கியது.

ஜமுனாவின் முன்னாள் காதலன் ஆனந்... அவளைத் தேடி அடிக்கடி வரத் தொடங்கினான்.

ஹேமா தங்கையைக் கண்டித்தாள்.

"ஜமுனா... வேண்டாண்டி... அந்த ஆனந்தோட தொடர்பு, அத்தானோட பெருமை எல்லாம் சீர்ழஞ்சிப் போயிடுமடி... அவருக்குத் தெரிஞ்சா என்ன நடக்குமோ தெரியாதடி?"

உலகமே அவள் தலையில் இடிந்து விழுந்தைப் போல கத்தினாள்.

"அதான் நான் அப்பவே சொன்னேன், எனக்கு கல்யாணம் வேண்டாண்னு நீ கேட்கல! அதுக்கு நான் என்னா பண்ண முடியும்? உனக்கென்னா? யாரு வாழ்க்கை எப்படிப் போனா என்னா? உனக்கு... உன்னை அம்மானு கூப்பிட ஒரு புள்ள வேணும், அதான் பெத்துக் கொடுத்துட்டேனே! அப்பறம் என்னா?"

பதிலுக்கு, அவளும் வாய் பேசினாள்.

தங்கைக்கு எவ்வளவோ அறிவுரைகளை எடுத்துச் சொல்லியும், அவன் தொடர்ந்து வந்து கொண்டிருந்தான்.

ஹேமாவுக்கு என்ன செய்வதென்றே தெரியவில்லை.

சிந்திக்கத் தொடங்கினாள்.

அவன் முடிவு அவள் கையிலே போலும்.

விதி யாரை விட்டது.

ஒரு நாள் இருவரும் வீட்டிற்குள் இருப்பதைக் கண்டுவிட்ட ஹேமா அவர்கள் என்ன பேசிக்கொள்கிறார்கள் என்பதை மறைந்திருந்து கேட்டாள்.

அவர்கள் பேசியது சரியாக அவளுக்கு விளங்கவில்லை.

“சீக்கரமா போயிடு... அவுங்க ரெண்டு பேரும் வர நேரமாயிடுச்சி, என் அத்தான் கண்ணுல மட்டும் நீ பட்ட நீ தொலைஞ்ச”

என அவள் அவனை விரட்டியது மட்டும் காதில் விழுந்தது.

அவள் அப்படி விரட்டியதைத் தொடர்ந்து அவனும் அந்த இடத்தைவிட்டுப் போய் விட்டான்.

மறுபடியும் தங்கையைக் கூப்பிட்டுக் கண்டித்தாள்.

“உனக்கு எத்தனை தடவைச் சொன்னாலும் புரியாதாடீ? அத்தானோட இமேஜ்ஜே நாம வாழற வாழ்க்கையிலத்தான் அடங்கியிருக்கு, அத்தான் கிட்ட என்ன குறையக் கண்ட? இன்னும் அவனோட உறவு வச்சிக்க? இந்த மாதரி புருஷன் யாருக்காவது கெடைக்குமா? அந்த விஷயத்துல நாம ரெண்டுப் பேருமே கொடுத்து வச்சவங்க தெரியுமாடீ?”

அவள் பேசுவதை மந்திரம் போட்டச் சிலையைப் போல் கேட்டுக் கொண்டிருந்தவள், ஆவேசம் வந்தது போல் கத்தினாள்.

“சும்மா... உன் வாய்க்கு வந்ததையெல்லாம் பேசாதே, எனக்கும் இதயம் இருக்கு!”

எனக் கத்திவிட்டு அங்கிருந்து அறைக்குள் சென்று கதவைச் சாத்திக் கொண்டாள்.

“உங்க சாகசம்மெல்லாம் எங்கிட்டப் பலிக்காதடி, என்னோட பொறுமைக்கும் ஒரு எல்லை இருக்குடீ!”

என முனு முனுத்தவாறே குழந்தையைத் தூக்கிக் கொண்டு பாலை கலக்கிக் கொடுத்த, ஹேமா தீவிரமாகச் சிந்திக்கத் தொடங்கினாள்.

மறுநாள் விடுமுறை, வழக்கம் போல் இவர்கள் வீட்டை விட்டுக் கிளம்பியதும் ஆனந் பார்த்துக்கொண்டேயிருந்து வீட்டுக்கு வருவான்.

அதை ஹேமாவும் தெரிந்து வைத்திருந்தாள்.

ஹேமாவின் கணவனுக்கு அன்று காய்ச்சல் கண்டிருந்தது. அவரை, அவளே மருத்துவமனைக்கு, அழைத்துச் சென்றாள்.

அவருக்குக் காய்ச்சல் கண்டிருப்பதால், ஹேமாவே காரை ஓட்டினாள்.

அவர் முன் இருக்கையில் அவளின் தோளின் மீது கையைப் போட்டவாறே அவள் மார்போடு சாய்ந்திருந்தார்.

சாலை எங்கும் இரு புறமும், கடை வீதிகள் இருந்தன. அவருக்குக் காய்ச்சல் நெருப்பாய்க் கொதித்தது. அவள் பக்கத்திலிருக்கும் கிளினிக்கில் காரை நிறுத்தி விட்டு, அவரது அடையாள அட்டையைக் கொடுத்துப் பதிவுச் செய்துவிட்டு,

"மருத்துவர் கூப்பிட்டா உள்ளே போயி மருத்துவரைப் பாருங்க..., நான் பணம் எடுத்து வர மறந்துட்டேன், போயிஎடுத்துட்டு, வந்துடுறேன்!"

என கணவனிடம் சொல்லிப் புறப்பட்டாள். "பராவாயில்லை ஹேமா... மருத்துவர் எனக்குத் தெரிஞ்சவர்தானே? பணம் இன்னொரு நாளைக்குக்கூடக் கொடுத்திடலாமே!"

அவள் போவதினால் அவருக்கு மனசு சங்கடமாக இருந்தது.

அதனால் போக இருந்தவளைத் தடுத்தார்.

அதைக் கேட்ட அவள் ஒரு கணம் தடுமாறினாள்.

அவளுடையத் திட்டமே வேறு. இன்று எப்படியாவது ஆனந்தை (தங்கை ஜமுனாவின் முன்னால் காதலனை) தீர்த்துக் கட்டவேண்டுமென்பதுதான் அவளுடைத் திட்டம்.

எப்படி சமாளிப்பது என்று யோசித்தாள்;

“தெரிந்தவராக இருந்தாலும் கடன் வேண்டாம் அத்தான், கடன் அன்பை முறிக்கும், இது நான் சொல்லியா உங்களுக்குத் தெரியணும்?”

என்று சொல்லியவள், மருந்தகம், என்றும் பாராமல் அவரது கன்னத்திலே முத்தமிட்டாள்.

“சரி போயிட்டு... வா, பார்த்து காரை ஓட்டு! காரை ஓட்டும் போது அங்கிட்டும், இங்கிட்டும் தேவையில்லாம பராக்குப் பார்க்காதே!”

எனச் சொல்லி வழியனுப்பிவைத்தார்.

காரில் வந்து அமர்ந்தவள்,

தான் ஏற்கனவே எடுத்து வைத்திருந்த கூர்மையான கத்தியை எடுத்துப் பார்த்தாள்.

இன்றோடு அந்த ஆனந்தின் கதை முடிந்தது. என்று மனத்தில் கருவிக் கொண்டே, வீட்டை நோக்கி விரைவாகக் காரைச் செலுத்தினாள்.

வீடு போய்ச் சேர்ந்தவள்,

வாசலிலே அவனது காலணி இருப்பதைக் கவனித்தாள்.

அதைப் பார்த்தவுடன் அவளுக்குக் கோபம் அதிகரித்தது.

கட்டுக்கடங்காமல் மேல் மூச்சு கீழ் முச்சு வாங்கியது.

தங்கையையும் கருவினாள்.

‘சண்டாளி எத்தனைத் தடவைச் சொன்னாலும் சனியன் கேட்கமாட்டீங்கிறாளே? அப்படி என்ன? அடங்காத ஒரு சுகம் கேட்குது? நம் புருஷங்கிட்டக் கிடைக்காத ஒரு சுகமா அவங்கிட்டக் கிடைக்குது? பாவி... கூடப் பொறந்தவன்னு சொல்லி, எம் புருஷனுக்கே கட்டி வச்சி என் வாழ்க்கையையே பங்கு போட்டுக் கொடுத்தேனே? கல்யாண அழைப்பிதழைக் கொடுக்கிறப்பவே சாந்தாம்மா சொன்னாங்க!’

"அடியே... தட்டு வாணி... நாமெல்லாம் அரவாணிங்கிறது மறந்து போச்சா? உனக் கென்னா... அறிவுக் கெட்டுப் போச்சா...? இது எதுலப் போயி முடியப் போவுதோ?"

அப்படின்னு சொன்னாங்க!.

அவுங்க பேச்செல்லாம் கேட்காம, தங்கச்சின்னு சொல்லி எம் புருஷனுக்கே கட்டிவச்சேன்... பாரு! நாதாரி குடியவே கெடுத்துக் குட்டிச்சுவரா ஆக்குறா!'

அவளின் ஆத்திரம் அளவுக்கு மீறியது.

குழந்தை அழும் குரல் ஓர் அறையில் கேட்டது.

அங்கே போய் குழந்தையைத் தூக்கியவள், மீண்டும் அவளை மனத்திற்குள் திட்டினாள்.

"அடியே... ஜமுனா என்னாடி புள்ள அழுவறதுகூடத் தெரியாம அங்கே கள்ளக் காதலன் கூட என்னாடிக் கொஞ்சிக் கூத்தடிக்கிறே?"

எனச் சொல்லிக் கொண்டே பூட்டப்படாமல் இருக்கும் கதவை எட்டி உதைத்தாள்.

அங்கே அவள் கண்ட காட்சி இரத்தத்தையே உறைய வைத்தது.

ஆனந்தன் இரத்த வெள்ளத்தில் கிடந்தான்.

ஜமுனாவின் கையில் ரத்தம் சொட்டும் கத்தி.

அவளின் முகம் வெளிரிப் போய் இருந்தது.

ஹேமா, அவனைத் தீர்த்துக் கட்ட வேண்டுமென நினைத்து வந்தாள், ஆனால் ஜமுனாவே அவனைக் கத்தியால் குத்திக் கொன்றுவிட்டாள்.

அதைக் கண்டு பதறிப் போனவள்,

"என்னாடி இப்படிப் பண்ணிட்டே?"

என்று கேட்டுக்கொண்டே அவள் பக்கத்தில் போனாள்.

"அக்கா என்னை மன்னிச்சிடுக்கா! நீ நெனைக்கிற மாதிரி எனக்கும், அவனுக்கும் தப்பான உறவு கிடையாது. அவன் எனக்கு ரொம்ப தொல்லைக் கொடுத்தான், என்னுடைய பழைய காதல் கதைகளை அத்தாங்கிட்ட சொல்லிடுவேன்னு பயமுறுத்தி பிளேக் மெயில் பண்ணி பணம் பறிச்சான். இப்பக் கூட ஐம்பதாயிரம் ரிங்கிட் வேணுண்னு கேட்டான், அவ்வளோ பணத்துக்கு நான் எங்கே போவேன்? என்னா செய்வேன்? அப்புறம் அவன் இங்க வந்துட்டு போறதால, உனக்கு மட்டும் இல்லக்கா... பார்க்கிறவங்க கண்ணுக்கெல்லாம் தப்பாவே தெரிஞ்சது, அதனால நமக்கு வாழ்வு கொடுத்த அத்தானோட இமேஜும் எங்கே கெட்டுடுமோன்னுதாங்கா வேற வழித் தெரியாம அவனை கொன்னுட்டேன்!"

இப்படிச் சொன்னவள், அக்காவைக் கட்டிப் பிடித்துக் கொண்டு அழுதாள்.

ஹேமாவும், நினைத்து வந்தது ஒன்று நடந்தது ஒன்னாயிருக்கே என்று நினைத்தவள், சட்டென்று அவள் கையிலிருந்த கத்தியை வாங்கிக்கொண்டாள்.

"அவசரப்பட்டுட்டுயே ஜமுனா..., முன்பு நீ அவனைக் காதலிச்சது, நான் அரவாணிங்கிறதைக் காரணம் காட்டி, அவன் உன்னைக் கழட்டிவிட்டது, எல்லாத்தையும் அத்தான்கிட்ட நான் சொல்லித்தாண்டி, உன்னைக் கல்யாணம் பண்ணி வச்சேன். என்னை மன்னிச்சிடு..., உன்னைய தப்பா புரிஞ்சிக்கிட்டேன், நீ என் தங்கச்சி... எனக்குள்ள மானம் மரியாதை, சூடு சொரணையெல்லாம் உனக்கும் இருக்குமுன்னு எனக்குத் தெரியாமப் போச்சே...! என்ன இருந்தாலும் நாம ஒரு தாயி வவுத்து புள்ளைங்கத்தானே?"

என்று சொன்னவள் தங்கையைக் கட்டிக்கொண்டு அழுதாள்.

"நானும் அந்த ஆனந்தைப் பத்தி உங்கிட்ட முன்னமே சொல்லியிருந்தா? இந்தக் கொலையைச் செஞ்சிருக்கமாட்டேங்க்கா...!"

என்று சொல்லியவளின் வாயைப் பொத்தியவள்;

“அப்படிச் சொல்லாதேடி.... ஜமுனா... நீ நீண்ட ஆயுளோட அத்தானோட நல்லா வாழனும், இப்பப் பாத்தியா இரத்தக் கறை படிஞ்சக் கத்தி எங் கையில, யாரு கேட்டாலும் இந்தக் கொலையை நீ செஞ்சதா சொல்லிடாதே! என் தங்கைக்காக இந்தக் கொலைப் பழியை நான் செஞ்சதா சொல்லி ஏத்துகிறேன்!”.

“வேண்டாங்கா... இந்த வாழ்க்கை நீ போட்டப் பிச்சை..., அத்தானோட குழந்தை, இந்த வூட்டுலப் பொறக்கனுங்கிறதுக்காக, இரண்டாந் தாரமா என்னைக் கட்டி வச்ச, நீ நெனைச்ச மாதரியே குழந்தையும், பொறந்துருச்சி. நம்ப குழந்தையோடையும், அத்தானோடையும் நீதான் சேர்ந்து வாழனுங்கா!”

“இல்லடி ஜமுனா... சின்ன வயசுல என்னை அண்ணேன்னு கூப்பிட்ட, பிறுகு நான் பொண்ணா ஆனதும், அத்தான் என்னை மனைவியா ஏத்துக்கிட்டு வாழ்க்கைக் கொடுத்தாரு. ஆனா... நீ இவ்வளவுக் காலமா என்னை ஒன்னுமே சொல்லிக் கூப்பிடுல, அது எம் மனசுக்கு வருத்தமாத்தான் இருந்துச்சி. இப்ப நீ என்னை வாய் நிறைய அக்கான்னு கூப்பிடும்போது எனக்கு சந்தோஷமா இருக்கு!... இதை விட எனக்கு வேற என்னடீ வேணும் ஜமுனா? சரி அது போவட்டும், அத்தானைக் கிளினிக்குல விட்டுட்டு வந்தேன், அவருக்கு போனைப் போட்டு வரச் சொல்லு, மறந்துங் கூட இங்க நடந்ததை அவருக்கிட்டச் சொல்லிடாதே!”

“இதோ இப்பவே அத்தானுக்கு... போன் பண்ணி வரச் சொல்றேங்கா..!”

“ஹலோ.... அத்தானா?”

மறு முனையில் “ஆமாம்... ஜமுனாவா?... என்ன விஷயம் ஜமுனா? ஹேமா வீட்டுக்கு வந்தாளே வந்துட்டாளா?”

வேணுகோபால் ஏதும் அறியாமல் பதறினார்.

“ஹலோ... அத்தான் அக்கா வீட்டுலத்தான் இருக்காங்க நீங்க... சீக்கரமா வாங்க!”

அவள் படபடப்புடன் பேசியது, அவருக்கு பீதியைக் கிளப்பியது. அவர் தொலைபேசியிலேயே கேட்டார்,

“ஜமுனா... என்ன விஷயம்?”

“நீங்க... வாங்கத்தான் வந்த பிறகு எல்லாம் பேசிக்கலாம்!”

என்று சொன்னவள், தனது பெற்றோருக்கும், அண்ணன்களுக்கும் போன் பண்ணி உடனே வரச் சொன்னாள்.

“அக்கா... நான் செஞ்சக் கொலையை நானே ஏத்துக்கிறேங்கா... நீ அத்தானோட சேர்ந்து வாழுக்கா. நீ வாழ்ந்தாத்தான் உன் வாழ்க்கைக்கு ஒரு அர்த்தமிருக்கும்கா. பாவம் செய்யாத நீ ஏங்க்கா பலியை ஏத்துக்கிற?”

அத்தியாயம் 16

இப்படிச் சொல்லி அக்காளுக்குத் தங்கை சளைத்தவளல்ல என்பதைக் காட்டினாள்.

"கொஞ்சம் வாயை மூடுறையா!?"

என்று சொன்னவள், அவளை கட்டிப் பிடித்துக்கொண்டாள்.

"ஜமுனா... நான் சிறைக்குப் போறதுக்குள்ள எனக்கு ஒரே ஒரு உதவி மட்டும் செய்யி!"

'என்ன உதவி?' என்பதை கண்களாலயே கேட்டாள் ஜமுனா.

"ஜமுனா... நீ என்னை அக்கான்னு கூப்பிட்ட மாதிரி, அம்மாவும், அப்பாவும் என்னை மகளேனு கூப்பிடணும், அண்ணன்ங்க இரண்டு பேரும் தங்கச்சின்னு கூப்பிடணும், இது போதும் ஜமுனா. அவுங்களை எல்லாம் நான் உடனே பார்க்கணும்! அவுங்கெல்லாம் என்னை ஒரு பொண்ணா ஏத்துக்குவாங்களா? இது நடந்தா நான் கொடுத்து வைத்த பாக்கியசாலி!"

என்று சொல்லி முடித்தவள் தேம்பித் தேம்பி அழுதாள்.

"நீ அழுவாதே... அக்கா... அவுங்கல்லாம் உன்னை எப்பவோ பொண்ணா ஏத்துக்கிட்டாங்க, எல்லோரையும் போன் பண்ணி உடனே வரச் சொல்லிட்டேன் எல்லோரும் இன்னும் கொஞ்ச நேரத்துல வந்துடுவாங்க!"

அந்தச் சமயத்தில் முதலில் வீட்டுக்கு வந்தது ஹேமாவின் கணவன் வேணுகோபால்தான்.

அவரும் ஹேமாவின் கையிலே இரத்தக் கறைப் படிஞ்சக் கத்தியும், தரையிலே இரத்த வெள்ளத்தில் ஆனந்தும் இருப்பதைப் பார்த்தார்.

இந்த நிலையில் யார் பார்த்தாலும் பார்ப்பவர் கண்களுக்கெல்லாம் ஹேமாதான் கொலை பண்ணிவிட்டதைப் போல் தோன்றும்.

"ஹேமா... என்ன காரியம் பண்ணியிருக்கே? ஏன் இப்படிப் பண்ணினே? ஜமுனா... நீயாவது சொல்லு... என்ன நடந்துச்சி?"

கதி கலங்கிக் கேட்டார்.

ஜமுனா வாய் திறப்பதற்குள் ஹேமாவே முந்திக்கொண்டாள்.

"அத்தான் இந்தக் கேடு கெட்டவன் ஜமுனாகிட்டத் தப்பா நடந்துக்க முயற்சிப் பண்ணினான், அதான் போட்டுத் தள்ளிட்டேன். நல்ல நேரத்துல நான் வந்தேன். இல்லையினா நம்ப ஜமுனாவோட கதி வாழ்க்கை எல்லாமே நாசமா போயிருக்கும்!"

தன் தங்கை செய்தக் கொலையைத் தானே செய்ததாகப் பலியை அவள் ஏற்றுக் கொண்டு, தங்கையின் தலையைத் தடவியவாறே சொன்னாள்.

அந்தச் சூழ் நிலை அந்தக் கொலையை அவள்தான் செய்தாள் என்று நம்ப வேண்டியதாக இருந்தாலும், வேணுகோபால் அதை நம்ப மறுத்தார்.

"ஹேமா... உன்னைப் பத்தி எனக்கு நல்லா தெரியும்... நீ எவ்வளவு மென்மையானவள் என்பதை நானறிவேன். நிச்சயமா இந்தக் கொலையை நீ செஞ்சிருக்கமாட்டே... உண்மையைச் சொல்லு ஹேமா... இது எப்படி நடந்துச்சி?"

"அத்தான்... என்னை நம்புங்கத்தான்..., திரும்பத்... திரும்பக் கேட்டாலும், பதிலு ஒன்னுத்தான், தங்கை ஜமுனாவைக் காப்பாத்த எனக்கு வேற வழித் தெரியல அத்தான்! நான் அவனைக் கொலை செய்யலனா, ஜமுனாவுடைய வாழ்க்கையே சீர் அழிச்சிருப்பான், அதோடு மட்டுமா போவும்? நான் தெய்வமா

வணங்கற உங்களோட மானம், மரியாதை எல்லாம் காத்துலப் பறந்திருக்கும்!"

அவள் வார்த்தைகளில் கொஞ்சம்கூடப் பிசுரு இல்லாமல் பேசினாள்.

ஆனால் தங்கையோ அவளைக் கட்டிப் பிடித்துக் கொண்டு கதறினாள்.

"அத்தான் என்னைப் பத்தி எல்லாம் தெரிஞ்சவங்க நீங்க, நான் பட்ட கஷ்டங்கள், வேதனைகள் எல்லாத்தையும், உங்கக்கிட்டச் சொல்லிருக்கேன். அதனால, எனக்கு செய்ய வேண்டியதெல்லாம் கொஞ்சம் இருக்கு!"

"என்ன ஹேமா... கண்டிப்பாக செய்யுறேன்!"

அந்த நேரம் பார்த்து, அவளது பெற்றோரும், அண்ணன்கள் இருவரும் அங்கு வந்து சேர்ந்தனர்.

அங்கு நடந்த விஷயங்களை ஹேமா சொல்லியதைப் போலவே எல்லோரிடமும், சொன்னாள் ஜமுனா.

ஹேமா தன் கணவனிடம், தன் கோரிக்கையைத் தொடர்ந்து சொன்னாள்.

"அத்தான் நான் பட்டக் கஷ்டங்கள் என்னைப் போலப் பிறந்த எந்த திருநங்கைகளும் படக் கூடாது. அதுக்கு நீங்க செய்ய வேண்டியதெல்லாம், நான் சொல்வதை ஒரு சமூகச் சேவையா எடுத்துச் செய்யுங்கள்!"

"சொல்லுஹேமா!"

என்று சொல்லி அவளை தன் தோளோடு சேர்த்து அணைத்துக்கொண்டு கேட்டார்.

"என்னைப் போல் உறுப்பு மாற்று செஞ்ச, எல்லா திருநங்கைகளுக்கும், நாங்களும் பெண்கள்தான் என்கிற அடையாள அட்டை (I/C) வேணும், அதற்காக அரசாங்கத்திடம் உரிமைக் கோருங்கள்!"

இதைச் சொல்லும் பொழுது அவள் பட்ட வேதனை கண்களில் தெரிவதோடு, கண்களின் கரையைத் தாண்டி, கண்ணீர் வெள்ளமெனப் பெருகியது.

“அத்தான் ஒவ்வொரு பள்ளிக்கூடத்திலும், திருநங்கைகளுக்குன்னு, தனியாக ஒரு கழிவறை வேணும்!”

அழுகையை அவளால் கட்டுப் படுத்த முடியவில்லை.

“என்னைப் போல உள்ளவங்களை, யார் எங்குப் பார்த்தாலும், கேவலமாகப் பேசி அசிங்கப்படுத்துவதைத் தடைச் செய்யயோணும்!”

இதை சொல்லிய அவளால், தொடர்ந்து பேச முடியாமல், அழுகை தடைப் போட்டது.

“சொல்லு ஹேமா... சொல்லு... நீ படுற வேதனையைப் பார்த்து எனக்கும் அழுகை வருது. அழுவாம சொல்லு... யாருக்குத்தான் வேதனை இல்லை? ஆனால் உன்னைப் போல உள்ளவங்க படற வேதனைகள் அளவுக்கு அதிகமானதுதான், முடிஞ்சவரைக்கும், தீர்த்து வைக்க முயற்சிப் பண்ணுறேன்!”

இப்படி சொல்லியவர், அவளைத் ஆறுதலாகத் தன் மார்போடு அணைத்தார்.

“சொல்றேன்... ஆண்களுக்குனு ஆண்பால், பெண்களுக்குனு பெண்பால் இருப்பதைப் போல் என்னை போல் பிறழ்ந்து பிறப்பவர்களுக்கு ஒரு பாலினம் வேண்டும். இதைச் செய்யுங்கள் அத்தான்.

அப்பறம் எந்த வீட்டிலியுமே நல்ல காரியங்கள், கெட்டக் காரியங்களை செய்ய அரவாணிங்களை அனுமதிப்பதில்லை. ஏன் பெத்தவங்க இறந்துட்டாக் கூட பார்க்கறத்துக்குப், பக்கத்துல கூட விடறதுல்லை. எங்களைப் பார்த்தால் காறித் துப்பறது, நாங்க வேலைக் கேட்டுப் போற இடத்திலெல்லாம், வேலை காலி இருந்தாலும், என்னைப் போல அரவாணிங்களுக்கு, வேலை கொடுப்பது இல்லை!”

இப்படி சொல்லிக் கொண்டே அழுகையை கட்டுப்படுத்த முயன்ற ஹேமா தொடர்ந்து சொல்கிறாள்.

"ஏன் அத்தான் அரவாணிகளான, நாங்களும் மனிதர்கள்தானே? நாங்களும் உயிருள்ள, இதய முள்ள ஜீவன்தானே?

இறைவனுக்கு, தாழம் பூவைச் சாத்தாம எப்படி ஒதுக்கி வைக்கிறாங்களோ, அதைப் போலவே எங்களையும் ஒதிக்கி வைக்கிறாங்க, ஏன் அத்தான்? நான் சொன்னதையெல்லாம்... எனக்காக மட்டுமில்லாம, என்னைப் போலப் பிறழ்ந்து பிறந்து, வேதனைப் படுறவங்களுக்கு, பயனா இருக்கணும். அது போதும் எனக்கு!"

என்று சொல்லிக் கொண்டே அங்கு வந்திருக்கும் தன் பெற்றோரைத் ஆரத்தழுவினாள்.

அதற்குள் அவளது அண்ணன்களும்,!

"ஹேமா எங்களை மன்னிச்சிடம்மா? ஏதோ சின்ன வயசா இருக்கும் போது, மத்தவங்களோட சேர்ந்து உன்னைப் புரிஞ்சிக்காம ரொம்பவுமே கொடுமைப்படுத்திட்டோம், உன்னைப் போலப் பிறழ்ந்து பிறப்பதற்கு நீங்கள் காரணமில்லையினு நல்லாத் தெரிஞ்சிகிட்டோம். அதனால மச்சானோட சேர்ந்து நாங்களும், அவருகிட்டச் சொன்னதெல்லாம் செய்யுறதா முடிவு பண்ணிட்டோம், அதோடு மட்டுமல்லாமல், நாங்கள் இரண்டு அண்ணன்கள் இருக்கும் போது நீ கவலைப்படாதே உன்னைக் காப்பாத்தி, வெளியே கொண்டுவர வேண்டியது எங்களுடயக் கடமை!"

அண்ணன்கள் ராஜேந்திரனும், குணநாதனும் இருவரும் சேர்ந்து அவளைப் பார்த்து இப்படிச் சொல்லியதும், அவள் சிறைச் சாலைக்குப் போவதையும் மறந்து எதையோ சாதித்துவிட்தைப் போல, கண்கள் குளமாகின.

"இது போதும் எனக்கு, உறவுகளுக்காக ஏங்கினேன், கிடைத்துவிட்டீர்கள்!"

தங்கையை அழைத்து, அரவணைத்தவாறு,

"ஜமுனா குழந்தையையும், அத்தானையும் பார்த்துக்கொள்"

என்று சொன்னவள், போலீஸ் வண்டியிலே ஏறினாள்' ,.

அப்போது அவளின் குழந்தை "அம்மா" என்று அழைத்து அவளின் சேலை முந்தானையைப் பிடித்து இழுத்தது.

அந்த நேரம் பார்த்து "அடியே... ஹேமா என்னா நடந்துச்சுடி? நான் கண்டக் கனா அப்படியே நடக்குதடி நான் கனாக் கண்ட வேகத்துலத்தானே ஓடியாந்தேன் அடியே எனக்கு ஒரு போனைப் போட்டு சொல்லப்படாதா? அடேய் அவளை இறக்கிவிடுங்கடா!"

என்று சொல்லிக் கொண்டே ஓடி வந்த திருநங்கைகளின் தாய் சாந்தா, அந்த போலீஸ் வண்டியைப் போகவிடாமல் இரண்டுக் கைகளையும் பரப்பி வைத்துக் கொண்டு டாணாப் போட்டாள். அவளின் ஆர்பாட்டத்தை கண்டு போலீஸ்காரர்கள் மிரண்டதாகத் தெரியவில்லை. பதிலுக்கு அவர்கள் ஹேமாவின் கணவன் வேணுக்கோபாலைக் கூப்பிட்டு

"அந்த அம்மாவை வழி விடச் சொல்லுங்கள், எதுவாக இருந்தாலும் கோர்டில் வந்து பேசச் சொல்லுங்கள். நடுத் தெருவுல இப்படி அநாகரிகமா நடந்துக்க வேண்டாமுன்னுச் சொல்லுங்கள்"!

போலீஸ்காரர்களுக்கு அணைகட்டு உடைந்து வெள்ளம் பெருக்கெடுத்து ஓடுவது போல கோபம் கொப்பளித்தாலும், சூரியனை கண்ட பனி போல அடக்கிக் கொண்டனர்.

வேணுகோபாலும், சாந்தா அம்மாவைப் பார்த்து

"அம்மா... அவர்களுக்கு வழிவிடுகங்க... எல்லாத்தையும் நான் விவரமாச் சொல்றேன்"

என்று சொன்ன வேணுகோபாலைப் பார்த்து

"உங்க மொகரைக்காக விடுறேன்.... இல்லைய்யினா அவுகளை இங்கேயே உண்டு இல்லைன்னுப் பண்ணியிருப்பேன்" என்று

சொன்னவள் அவிழ்ந்து கிடந்த கூந்தலை,அள்ளி கோடாலிக் கொண்டைப் போட்டுவிட்டு, வண்டியிலிருக்கும் ஹேமாவைப் பார்த்து கட்டித் தழுவ நினைத்தவள், அவளை நோக்கி வேகமாக ஓடினாள். ஓடியவள் அப்படியே தடுக்கி விழுந்தவளுக்கு கனுக்கால் சுளுக்கிக் கொண்டது. "ஐயோ எம்மாடி" எனக் கத்தியவாறே அடிபட்ட இடத்தைக் கைகளால் தடவினாள். அவள் கீழே விழுந்து அடிபட்டது அவளுக்கு வயதாகிவிட்டது என்பதை சொல்லாமல் சொல்லியது. கீழே விழுந்த நட்சத்திரம் பூவாகிப் போனதுப் போல, அவளது வலியை வெளிக்காட்டாமல் எழுந்து நிற்க முயன்றாள் சாந்தா. அதைப் பார்த்த ஜமுனா;

"அம்மா... உங்களுக்குத்தான் வயசாகிப் போச்சே சும்மா இருக்க வேண்டியதுத்தானே?" என்று சொன்னவளைப் பார்த்து,

"அடியே யாருக்கடி வயசாகிப் போச்சு? அங்காடி... இங்காடி... அருவா மனை மேல ஏறி ஆடுங்கடிணாளாம். அது போல சண்டாளி உன்னாலத் தாண்டி எம் மவ ஜெயுலுக்கு போறாள்! திட்டம் போட்டே சாதிச்சுட்டடீ; பசப்புக்காரி எம் மவ உனக்கு வாழ்வு கொடுத்தவடி, அவ என்னாடி துரோகம் பண்ணுனா?!"

சாந்தாவின் கோபம் காற்றுக்கு வேலி கிடையாதது போல கும்மாளம் போட்டது.

அதைப் பார்த்துக் கொண்டிருந்த வேணுகோபால் மறுபடியும் அந்த அம்மாவைச் சமாதனப்படுத்தினார்.

"அம்மா... உங்களுக்கு என்னாச்சி? அமைதியா இருங்கம்மா?" என்று சொன்னார்..

"எம் பொண்ணோட புருசன் உன்னைக் கட்டிகிட்டு லூட்டி அடிச்ச சக்களத்தி அவ என்ன பேச்சி பேசறா பாரு? அவளை வாயை பொத்திக்கிட்டு இருக்கச் சொல்லு. பார்க்க அழகா இருந்தா மட்டும் போதாது, மனசும் சுத்தமா இருக்கோணும். அவளுக்கு சொல்லி வையி. பேச்சறா பேச்சி!.

அவர்கள் இப்படி வம்பளத்துக் கொண்டிருக்கையில் ஹேமாவை ஏற்றிய போலீஸ் வண்டி காற்றைக் கிழித்துக் கொண்டு புறபட்டது. போலீஸ் வண்டி போனதைப் பார்த்து அனைவரும் கண்கலங்கினர். அந்த நேரம் வேணுகொபாலுக்கு மச்சான் ராஜேந்திரன் இப்படி கூறி சமாதானப்படுத்தினான்.

மச்சான் கவலைப் படாதீங்க நல்ல வக்கீலாப் பார்த்து நியமிச்சி, ஹேமாவை வெளியே கொண்டு வந்துடாலாம். தன் வேதனைகளை மறைத்துக் கொண்டு ஆறுதல் சொன்னவனின் கண்களின் ஓரத்தில் ஈரம் படர்ந்தது. ஒரே கருவையிலே உருவான ஒரு தாய் வயிற்றுப் பிள்ளைகளாயிற்றே! இத்தனைக் காலம் பிரிந்திருந்து இன்று ஒன்று கூடியவர்களாயிற்றே, இருக்காதாப் பின்னே வேதனை. ஒருவருக்கொருவர் ஆறுதல்சொல்லிச் சொல்லியே அன்றையப் பொழுதும் மறைந்து இரவுக்கு வழி விட்டது. அது அப்படியிருக்க;

போலீஸ் வண்டியில் அழைத்து சென்ற ஹேமா பாதுகாப்பாக ஓர் ஓரத்தில் ஒருக்களிச்சி உட்கார்திருந்தாள். அந்த வண்டியும் மேடு பள்ளத்தைக் கடக்கும் பொழுது குலுங்கியது. அதை சாக்கிட்டு பக்கத்தில் அமர்திருந்தவர்கள் குலுங்கலுக்கு ஏற்றவாறு அவள் மீது உரசினர்கள். வண்டி குலுங்களில் உரசுகிறார்கள் என்று பொருமையாகப் போனாள்.

காட்டின் வழியே வண்டி போய்க்கொண்டிருந்தது. அந்தக் காட்டு வழி பாதயைக் கடந்து அதை அடுத்துள்ள ஆற்றின் மேலிருக்கும் மேம் பாலத்தைக்

அத்தியாயம் 17

ஆற்று வெள்ள மோ கரிகாலன் கட்டிய கல்லணையில் நீர் ஓடுவது போல் கட்டுப்பாடு இல்லாமல் பேய் சுழற்சியாய் கரை புரண்டோடியது. அந்த பாதையின் வழியே ஒரு பதிமன் வயது பெண் பள்ளி சீருடையில் சைக்கிளில் போய்க்கொண்டிருந்தாள். அவளை மூன்று பேர் துரத்தினர். அந்தப் பெண்ணும் பயத்தில் திரும்பி... திரும்பி பார்த்தவாறே சைக்கிளை வேகம்மாக மிதித்தாள். அந்த பெண்ணும் காட்டு வழியை கடந்து மேம் பாலத்தை அடைந்துவிட்டாள். அந்த முரடர்கள் விட்டப் பாடில்லை அவளை மூன்று முரடர்களும் விடா பிடியா வெறி பிடித்தது போல் துரத்தினர். போலீஸ் வண்டி வருவதை முரடர்கள் கண்டதாக தெரியவில்லை.

கயவர்கள் அவர்களின் காரியத்திலேயே கண்ணாக இருந்தனர். போலீஸ் வண்டி கயவர்களை நெருங்கியது. போலீஸ் வண்டி வருவதை அறியாத அந்தப் பெண் தன் கற்பைக் காப்பாற்றிக் கொள்ள நினைத்து அந்தக் காற்றாற்று வெள்ளத்தில் குதித்து விட்டாள். போலீஸ்காரர்களும் அந்த முரடர்களைத்தான் வளைத்து பிடித்தார்களே ஒழிய வெள்ளத்தில் அடித்துச் செல்லும் பெண்ணை யாரும் காப்பாற்றவில்லை.

அதைக் கண்ட ஹேமா,

“அந்தப் பெண் வெள்ளத்தில் அடித்துச் செல்கிறாள் அவளைக் காப்பாற்றுங்கள்... சார்... சார்... அவளைக் காப்பாற்றுங்கள் சார்... உங்கப் பொண்ணாயிருந்தா விட்டுடுவிங்களா சார்?”

இந்த ஜெகமே அவள் தலை மீது இடிந்து விழுவது போல உணர்வு கொண்டு போலீஸ்கார்களிடம் கெஞ்சினாள். அதற்கு அவர்களும்;

"அட போமா... நீ ஒரு பக்கம். உங்க பொண்ணு... எங்கப் பொண்ணுனுகிட்டு,, எங்கள் யாருக்கும் நீச்சலும் தெரியாது... கீச்சலும் தெரியாது, இந்த வெள்ளதுல எங்களைய்யும் உழுந்து சாவச் சொல்றீயா? உன்னால முடிஞ்சா நீ காப்பாத்தேன் பார்க்கலாம், எல்லாத்தையும் பார்க்கவும் கேட்க்கவும்தான் நல்லாயிருக்கும் அதைச் செய்யும் போதுதான் அதோட கஷ்டங்கள் என்னானுத் தெரியும். நீயே பாரும்மா அந்த வெள்ளம் எப்படி சுழன்று, சுழன்று ஓடுதுன்னு? அந்தப் பொண்ணோடு சேர்ந்து எங்களையும் சாவச் சொல்றீயா? உன்னால முடிஞ்சா நீனே காப்பாத்து. அதெல்லாம் எங்களுக்கு சரிபட்டு வராது!"

அவர்கள் கோழைகளைப் போல பிடிவாதமாக சொல்லிவிட்டனர். ஆனால் காற்றாற்று வெள்ளத்தில் அடித்துச் சென்ற பெண்ணோ இடை இடையே இருக்கும் பாறைகளின் இடுக்குகளில் சிக்கி சிக்கி அடித்துச் சென்றாள். ஹேமாவுக்கு என்ன செய்வதென்றே தெரியாமல் தவித்தவள்;

"சரி சார்... எது நடந்தாலும் பரவாயில்லை நானே அந்தப் பொண்ணைக் காப்பாத்துறேன். தன்னுயிர் பிரிவதை யாரும் பார்ததில்லை, ஆனால் என்னுயிர் பிரிவதை நீங்கள் பாருங்கள்... தூய்மையான இந்தத்த துறையில இருந்துகிட்டு உயிர் மேல இத்தனை ஆசையா? சரி... சரி அது அவுங்க அவுங்க விருப்பத்தைப் பொருத்தது. எனக்கு கூட மாட உதவிச் செய்யுங்கள். நீங்கள் தண்ணிலெல்லாம் குதிக்க வேண்டாம். உங்கள் வேனில் இருக்கும் கயித்தை எடுத்து கிட்டு என்னோடு வாருங்கள்!"

எனச் சொன்னவள் புயலனெ ஆற்றின் கரையோரமாக ஓடினாள். அவள் ஓடும் பக்கமெல்லாம் கால்களுக்கின் கீழே உலர்ந்த இலைகளும், சருகுகளும் சர்ர்...ர்... சர்ர் என்று சப்தமிட்டன. சப்தம் எழுப்பாமல் அவளால் ஓட முடியவில்லை. பக்கத்தில்

எல்லாம் உயரமான மரங்கள், கிழே குட்டை குட்டையாக புதர்களும், குட்டி... குட்டி மலையாக பாறைகளும் தெரிந்தன. அந்தப் புதர்களில்லிருந்து பல விதமான பூக்களும், பழங்களும் காட்சி அழித்தது. அதை எல்லாம் கண்டு இரசிப்பதற்கு நேரம்மில்லை அவளுக்கு. அவளுடைய ஆசுவேசமெல்லாம் அந்தப் பெண்ணை எப்படியாவது உயிருடன் கரை சேர்க்க வேண்டும் என்பதே. அதனால் எதையுமே கண்டு கொள்ளாமல் ஓடினாள். அவளைப் பின் தொடர்ந்து அசுர வேகத்தில் போலீஸ்காரர்களும் ஓடினர். நேரம் காலம் தெரியாமல் இடி மின்னலோடு மழையும் பெய்யத் தொடங்கியது. ஆனால் ஹேமாவின் எண்ணம் மட்டும் அச்சத்தை, தைரியம் வந்து வென்றது போல், அந்தப் பெண்ணை தன்னுயிரைக் கொடுத்தாவது எப்படியாவது காப்பாற்றி விட வேண்டும் என்ற எண்ணம் மட்டும் மேலோங்கி நின்றது. ஓடினாள் ஓடினாள் மூச்சிரைக்க ஓடினாள். அந்தச் சமையத்தில் ஒரு பாறையின் வளைவான இடிக்குகளின் இடையே அந்தப் பெண் சிக்கிக் கொண்டாள். அவளைக் காப்பாற்ற ஆண்டவனே வழி விட்டது போல் இருந்தது. ஹேமா, போலீஸ்கார்கள் தூக்கி வந்த கயிற்றின் ஒரு முனையில் தன் இடுப்பில் கட்டிக் கொண்டு இன்னொரு பகுதியை மரத்தில் கட்டச் சொன்னாள். அவர்களும் மறு பகுதியை மரத்தில் கட்டினர். ஹேமா, கொட்டும் மழையையும் பொருட்படுத்தாமல் மளமளவென அந்தப் பெண் மாட்டிக் கொண்டிருக்கும் இடத்தை நோக்கி பாய்ந்து சென்றாள்.

அந்தச் சமயத்தில் போலீஸ்கார்கள் இப்படி பேசிக் கொண்டார்கள்.

“இந்த ஜென்மங்கள் இப்படித்தான். திருந்தாத ஜென்மங்கள். அங்க பார்த்தியில்ல? அந்த ஆற்று வெள்ளம் எப்படி சுழன்று... சுழன்று கரை புரண்டோடுதுன்னு? நம்பளால முடிஞ்சா நாம காப்பாத்த மாட்டோமா என்ன? சரி...சரி... இவுங்க எப்படித்தான் காப்பாத்துறாங்கன்னு பார்ப்போம். முடிஞ்சா நம்பலான உதவிவைச் செய்வோம்.... முடியிலனா... ஆண்டவன் மேல

பாரத்தைப் போட்டுட்டு போயிக்கிட்டே இருப்போம். வேற நம்ப என்ன செய்ய முடியும்?"

தன் மனதில் பட்ட ஆதங்கத்தை இறக்கி வைத்தான் ஒருவன். அதற்கு அடுத்தவன்;

ஆமாம்... ஆமாம் அந்த அம்மா நாம சொல்றதைக் கேட்டாத்தானே? அதுபாட்டுக்கு சொல்றதைக் கேட்காம இந்தக் கொட்டும் மழையில தண்ணியிலே இறங்குது மழையும் முன்னைய விட அதிகமாயிருச்சி. வெள்ளமும் அதிகமாயிருச்சி அந்தம்மாவுக்கு ஏதாவது ஆயிருச்சினா நாமயில்ல பதிலைச் சொல்லி ஆவோணும். அது அவுங்களுக்குப் புரியலையே. நடக்கறது நடக்கட்டும் ஹூம் என்ன செய்யிறது?"

அவன் மன விரக்த்தியோடு சொல்லிக் கொண்டிருக்கும் பொழுது மரத்தில் கட்டப்பட்டக் கயிறு சிறிது... சிறிதாக அறுந்து போய் மரத்தைவிட்டு நழுவியது. அதை சட்டெனெ பார்த்தப் போலீஸ்கார்கள், தாவிப் பிடித்து மரத்தில் கட்ட முயன்றனர். கட்டியிருந்த மரத்தில் திரும்பவும் கட்ட முயன்றனர். ஆனால் முடியவில்லை. என்ன செய்வதென்றே தெரியாமல் தவித்த அவர்கள் பக்கத்திலிருந்தப் பாறையின் அடியில் குத்துக்கால்லிட்டு கயிற்றை இழுத்துப் பிடித்தனர்.

கயிறு மரத்திலிருந்து அறுந்து போனதும் ஹேமாவும் வெள்ளத்தில் அடித்துச் செல்லப்பட்டாள். சட்றென்று அவர்கள் பாறையில் குத்துக் காலிட்டு கயிற்றைப் பிடித்து இழுத்ததும் ஒரு நிலையை அடைந்தவள் பாறையின் இடிக்கில் சிக்கியிருந்தப் பெண்ணை நெருங்கிவிட்டாள். நெருங்கியவள் சற்றும் தாமதிக்காமல் அந்தப் பெண்ணை மெல்ல எடுத்து குழந்தையைத் தூக்குவது போல் தூக்கி தன் தோளின் மீது போட்டுக்கொண்டு கயிற்றைப் பிடித்துக் கொண்டே கரையை நோக்கி முன்னேறினாள்.

போலீஸ்கார்களும், அவளுக்கு நோகதப்படி கயிற்றை மெல்ல... மெல்ல... இழுத்தனர். ஹேமாவும், கயிற்றைப்

பிடித்தபடி கரையை எட்டினாள். பேயாய் பெய்து கொண்டிருந்த மழையும் ஒருவழியாய் விட்டது. கரையை அடைந்தவள் கரை மீது அந்தப் பெண்ணைக் கிடத்திவிட்டு, அவளும் கரையேற முயன்றாள். முயன்றவள் காலுக்குக் கீழே பாறை தட்டுப் படவே அதன் மீது காலை வைத்து ஏற முன்றவள் தோற்றுப் போனாள். அந்தப் பாறை வழ... வழவென நழுவியது. மீண்டும் போலீஸ்கார்களின் உதவியோடு ஏற முயன்றாள். அப்பொழுது ஏதோ ஒன்று காலை சுற்றியது போல் ஓர் உருத்தல். அதைக் கீழே குனிந்து என்னவென்று பார்ப்பதற்குள் அந்த ஜீவ ராசி அவளின் காலை தீண்டியது. அவள் காலைத் தீண்டியதையும் பெரிது படுத்தாமல் அதைக் கையிலே பிடித்து வேகமாக ஒரு சுழற்று சுழற்றி தரை மேலே வீசினாள். அவள் சுழற்றி எற்றிந்த வேகத்தில் அந்த ராஜ நாகம் தலையிலே அடிப்பட்டு இறந்து போனது. போலீஸ்காரர்களும்,அதைக் கண்டு திகைத்தனர்.

காரணம் இது போன்ற ராஜநாகத்தை இதுவரை அவர்கள். அதன் கண்கள் மாணிக்க கல்லைப் போல் சிகப்பாக மின்னியது. அதன் உடலோ வானவில்லையே அங்கு கொண்டு வந்து வைத்தது போல் பள... பள... வென மின்னியது அதன் நீளம் ஆறடியிருக்கும். அந்தச் சமயத்தில் தண்ணீரிலே அடித்துச் சென்ற பெண் கரை மேலே மயங்கிப் போய் கிடந்தாள். இன்னொருப் பக்கம் அவளைக் காபாற்ற சென்ற ஹேமா ராஜ நாகத்தால் தீண்டப் பட்டு ஈரத்துணியுடன் வாயிலே நுரை தள்ளிக்கொண்டு, இன்னொருப் பக்கம் கிடக்கிறாள். அவர்களை அவசர... அவசரமாக மருத்துவமனைக்கு அழைத்துச் செல்ல முயன்றனர் போலீஸ்கார்கள். மருத்துவமனைக்கு இன்னும் எட்டு கில்லோ மீட்டர் தூரம் இருந்தது. அவர்கள் பிழைப்பார்களா? போலீஸ்காரர்களுக்கு, அச்சமே மேலோங்கி நின்றது. இருந்தும் அவர்களை அங்கேயேக் கிடத்தி முதலுதவி செய்ய நினைத்தாலும் அந்தத் தண்ணீரிலே அடித்துச் செல்லும் பெண்ணை ஹேமா காப்பாற்ற ஓடிய போது அவசரத்தில் கயிற்றைத் தவிர வேற எந்தப் பொருளையும் எடுத்துச் செல்லவில்லை. எப்படி முதலுதவி

செய்வதென்று தடுமாறினர். இருந்தும் ஒருவன் ஹேமாவின் பாம்பு கடித்த இடத்திற்கும் மேலே முட்டிக் காலுக்கு கீழே தான் போட்டிருந்தச் சட்டையைக் கிழித்து கட்டுப் போட்டான். இன்னொருவன் ஆபத்துக்கு பாவமில்லை என நினைத்து தண்ணீரிலே அடித்துச் சென்ற பெண்ணைக் கீழே மல்லாக்க படுக்க வைத்து அவளின் வயிற்றை அமுக்கி விழுங்கிய நீரை எடுத்து கொண்டிருந்தான். அந்த நேரம் பார்த்து ஊசி மல்லிகைப் பூ வாசம் மூக்கைத் துளைத்தது. காற்றோ சுழன்று அடித்தது. அவர்கள் கண்களுக்கு எதுவும் தென்படவில்லை. இருந்தாலும் ஏதோ பக்கத்தில் வருவதைப் போல் உணரத்தான் முடிந்தது. திடீறென்று ஓர் இடத்தில் வைரத்தைப் போல் பள... பளவென்று மின்னி மறைந்தது. அதைக் கண்டு பயந்துபோன ஒருவன்;

“இங்கப் பாருங்க... நான் சொல்றதைக் கவனமா கேளுங்க, இதுக்கு மேலே நாம இங்க இருந்தோம்.... நமக்குத்தான் ஆபத்து. சேட்டைங்க இருக்கிற இடத்துல வந்து நல்லா மாட்டிக்கிட்டோம் போலிருக்கு. நீங்க... வந்தா வாங்க, வராட்டிப் போங்க... நான் கெளம்புறேன்!”

எனச் சொல்லி உயிருக்கு போறாடிக் கொண்டிருக்கும் அவர்களையும், உடனிருக்கும் போலீஸ்காரர்களையும், விட்டு விட்டு அவன் மட்டும் தனியாக புறபட்டான். அதற்கு அடுதவன் சொன்னான்;

“உனக்கு கொஞ்சம் கூட ஈவு இரக்கமே இல்லையா? இவர்களைத் தன்னந் தனியாக விட்டு விட்டு எப்படி போவது? இதுவே நம் உடன் பிறந்தவர்களாக இருந்தால் நாம் விட்டு... விட்டு போய் விடுவோமா? உனக்கு உயிர் மேல் இவ்வளவு ஆசையிருந்தால் நீ இந்த போலீஸ் துறைக்கே வந்திருக்கக் கூடாது!”

இவர்கள் இப்படி பேசிக் கொண்டிருக்கும் வேளையில், சல்... சல் என கொலுசு சத்தம் கேட்டது. சத்தம் வந்த பக்கம் அனைவரும் திரும்பிப் பார்த்தனர். அடுத்த வினாடி அங்கே ஒரு

பெண் தலையில் முக்காடு போட்டுக் கொண்டு அலங்காரப் பொம்மையைப் போல் அவர்களின் பக்கத்தில் வந்து நின்றாள். வண்ண நிலவே மலர் வாசனையோடு வந்தது போல் இருந்தது. ஒருவன் சற்றும் தாமதிக்காமல் அவளின் முக்காட்டை நீக்கினான். அவள் அழகில் அனைவரும் மெய் மறந்தனர். அவளோ புன்னகை பறவையாய் அவர்களை வட்டமிட்டாள். பச்சரிசி போல் பல்லழகு, கன்னமோ தக்காளிப் போல், உதடோ மாவடு போல் இதழ்களின் ஓரம் தேன் துளி சிந்தியது. கண்கேளா கெண்டை மீனைப் போல் ஆனால் மை தீட்டிய கண்கள். இடையோ செதுக்கி வைத்த சிலையைப் போல் மெல்லிடையாள்.

"என்னம்மா... இந்தக் காட்டுக் குள்ளே, இந்த மழையிலே, நீங்க என்னப் பண்றீங்க? அதுவும் ஆள் நடமாட்டமில்லாத இந்தக் காட்டுக்குள்ளே? உங்களுக்கு பயமா இல்லையா? நாங்க நல்லத்துக்குத்தான் சொல்றோம், இது சேட்டைங்க நிறைஞ்ச இடம் போலிருக்கு, அந்தப் பக்கம் அரை கில்லோ மீட்டர் தூரத்துல மாயனக் கரை வேற இருக்கு. ஒரு பொண்ணு இப்படித் தனியா வரலாமா? இது எவ்வளவு ஆபத்தானது தெரியுமா?"

செய்து கொண்டிருக்கும் வேலையை மறந்து அவளுக்கு அட்வைஸ் பண்ணிக்கொண்டிருந்தான்.

"ஆமாம்... நான் பார்க்காத சேட்டைகள், நான் பார்க்காத மாயானக் கரை, அட போய்யா இது என்னோட இடம், நான் காட்டு வாசிப் பொண்ணு. இந்தக் காட்டுலத்தான் என்னோட முன்னோர்களும், மூதாதையர்களும் குடி இருந்தாங்க... கால போக்குல எல்லாம் டவுனு பக்கம் போயிட்டாங்க, இப்ப இன்னும் கொஞ்ச மனுசாலுத்தான் இருக்கோம். அதெல்லாம் அப்புறமா பேசலாம், இந்த இரண்டு பொண்ணுங்க ஏன் இப்படி பொணமாட்டும் கெடக்குதுங்க? என்னா? கொன்னுட்டுங்கீலா? அடப் பாவி மனுசங்களா இப்படியாப் பண்ணுவீங்க?"

அவள் நகட்டு சிரிப்பு சிரித்தபடி, வாய்க்கு வந்தபடி எல்லாம் அவர்களைத் திட்டினாள். அவளைப் பார்த்ததில் பயத்தில்

கிளம்பியவனும் நின்று போனான். அவளது அழகு அவனையும் கிரங்க வைத்தது. அவர்களுக்கு ஒன்று மட்டும் நன்றாகவே புரிந்தது. இவள் நம்ம இனத்துப் பெண் இல்லையென்று. இவள் வேற்று கிரக வாசிப் பெண்ணாக இருப்பாளோ? என்று கூட அவர்களுக்கு தோன்றியது.

“இந்தா பொண்ணு உம் பேரு என்னான்னு சொல்லவே இல்லையே?” அடுத்தவன்தான் அப்படிக் கேட்டான். மதி மயங்கிப் போய்.

“அட... இன்னாய்யா நீ... இதுகளுக்கு என்னானு கேட்டா நீ எம் பேரைக் கேக்குற? எம் பேரு சாவித்திரி. இப்ப சொல்லும்மைய்யா இவுகளுக்கு என்னான்னு?”

அவள் பேசும் பேச்சில் கோபம் கலந்திருந்தது.

“அட என்னாம்மா இதுக்குப் போயி கோவிச்சுக்கிற? பேரைச் சொன்னா கூப்பிட சௌகரியமா இருக்கும். அதுக்குத்தான் கேட்டோம், இப்ப சொல்றேன் இந்தப் பொண்ணுங்களுக்கு என்னான்னு!”

என்று சொல்லி அவளைப் பார்த்தான்.

“அட சீக்கிறம் சொல்லுங்கய்யா ஆனால் சரியா சொல்லுங்க நீங்க சொல்றதுல்ல தவறேதும் இருக்காதுன்னு நெனைக்கிறேன், அப்படி நீங்க சொல்றதுல ஏதும் பொய் பித்தலாட்டம் இருந்துச்சுன்னு வச்சுக்கங்க, நீங்க மூனு பேரும்வீடு போயி சேரமாட்டீங்க!”

எனச் சொல்லி அவள் இடி... இடி என அலட்சியமாக சிரித்தாள். அவள் அப்படி சிரித்தாலும் இந்தப் பிரச்சனையை எவ்வாறு சமாளிப்பதென்று அவளது உள்ளம் தீவிரமாக சிந்தித்துக் கொண்டிருந்ததை யாரும் அறியவில்லை.

அவளின் சிரிப்பு அவர்களுக்கு ஒரு பக்கம் பயத்தைக் கொடுத்தாலும் அதை வெளிக்காட்டிக் கொள்ளாமல் தைரியமாக சொல்லத் தொடங்கினான்.

"அம்மா... சாவித்திரி, நாங்க அந்த மெயின் ரோட்டுல வந்துகிட்டு இருக்கும் பொழுது, பள்ளிச் சீருடையிலே இருக்கே அந்தப் புள்ள சைக்கிளிலே போயிகிட்டு இருந்துச்சு. அதுக்கு பின்னாலே மூனு பேரு அதை விரட்டிகிட்டு போனாங்க, எங்க போலீஸ் வண்டியும் அவுங்களை நெருங்கிடுச்சி. நாங்க அந்த மூனு பேரையும் வளைச்சு பிடிச்சிட்டோம். அந்தக் கயவர்களை வண்டியிலேயே கட்டிப் போட்டுட்டு வந்திருக்கோம். அது தெரியாத அந்தப் பொண்ணு என்ன நெனைச்சுதோ தெரியல தொபக்கடின்னு ஓடுற ஆத்து வெள்ளத்துல விழுந்துருச்சி, எங்களுக்கும் எப்படி காப்பத்துறதுன்னு தெரியல.

அத்தியாயம் 18

அப்பத்தான் ஹேமா அந்தப் பொண்ணக் காப்பாத்துரன்னு ஓடினாங்க; நாங்களும் அவுங்களுக்கு துணையாய் போனோம்; அந்தப் பொண்ண ஹேமா கரை சேர்த்திட்டு, அவுங்களும் கரையேறும் போது, எங்கிருந்தோ வந்த ராஜநாகம் அவுங்களைத் தீண்டிடுச்சி. இதுதாம்மா நடந்துச்சி!"

அவன் சொல்லி முடித்ததும் நேரத்தை கொஞ்சமும் வீணாக்க விரும்பாத சாவித்திரியும், அவள் இடுப்பிலே கட்டியிருந்த பையுக்குள் கையை விட்டு அதிலுள்ளக் கத்தியை எடுத்து பாம்புக் கடித்த இடத்திலே கீறினாள். அதற்கு முன்பே ஹேமாவின் கால் முழங்காலுக்குக் கீழே நீல நிறமாகிப் போயிருந்தது. சாவித்திரி கண் இமைக்கும் நேரத்தில் கீறிய இடத்திலே தன் வாயை வைத்து உறிஞ்சி இரத்தத்தை வெளியே துப்பினாள். இதைப் போல் மூன்று, நான்கு முறை செய்தாள். பிறகு அவள் வைதிருந்த பச்சிலையை எடுத்துக் கசக்கிச் சாறு பிழிந்து எடுத்தாள். அந்தப் பிழிந்தெடுத்தச் சாறும் கரு நீலமாகப் பேனா மையைப் போல் இருந்தது. பிறகு அவள் பையிலிருந்து பாலாடையைப் போன்று ஒரு சங்கை எடுத்து அந்தப் பிழிந்த சாற்றை சிரிதளவு எடுத்து அதிலே ஊற்றி ஹேமாவின் செவ்விதழைத் திறந்து அவள் வாயிலே ஊற்றினாள். பிறகு அந்தக் கசக்கியப் பச்சிலையைப் பாம்பு கடித்த இடத்தில் வைத்துக் கட்டினாள்.

இவ்வளவும் செய்தப் பிறகு ஹேமா லேசாகக் கண்ணை அசைத்து, மெல்லத் திறந்துப் பார்த்தாள். அவள் முதலில் பார்த்தது தேவதையைப் போலிருக்கும் சாவித்திரியைத்தான். கண் விழித்தவள்;

"யாரது...?" எனக் கேட்கிறாள்.

அதற்குள்ளாக பக்கத்திலிருக்கும் பெண்ணுக்கு உதவி செய்கிறாள் சாவித்திரி. தன் வாயோடு... வாயை வைத்து அவள் வயிற்றிலிருக்கும் தண்ணீரை உறிஞ்சி எடுத்து வெளியே துப்புகிறாள். முழுவதுமாக உறிஞ்சி எடுத்ததும் அந்தப் பெண்ணும் சுய நினைவுக்குத் திரும்புகிறாள். இதையெல்லாம் ஹேமாவும் எழுந்திரிக்க முடியாமல் சாவித்திரி செய்வதை எல்லாம் பார்த்துக் கொண்டிருந்தாள். மயக்க மடைந்த நிலையிலிருந்த அந்த மாணவிக்கு சுய நினைவு திரும்பியதும் பக்கத்திலிருந்த அனைவரையும் கண்டு மிரண்டாள். அவளுக்கு எதுவும் புரியவில்லை. அவளுக்கு எதுவும் புரியவில்லை என்பதை அறிந்த சாவித்திரி அவளது பக்கத்தில் வந்து அவளது கையைப் பிடித்துக் கொண்டு ஆறுதலாக அவளது தலையை வருடி விட்டாள். சாவித்திரியும் அந்தப் பெண்களுக்கு ஆறுதலாக ஹேமாவைப் பார்த்து;

"ஹேமா"

என்று அழைத்ததும் அவள் ஆச்சரியப்பட்டுப் போனாள். என் பெயர் இவர்களுக்கு எப்படித் தெரியுமென்று யோசித்தாள்.

"என்ன? அப்படிப் பார்க்கிறீங்க? நான் எப்பவுமே உங்களைப் போல உள்ளவங்களைச் சுத்தியே இருப்பேன்; நானும் சாந்தாம்மாகூடத்தான் இருந்தேன். இப்பவும் அவுங்ககூடத்தான் இருக்கேன்!"

இப்படி அவள் சொல்லியதும் அவள் முகத்தை உண்ணிப்பாக கவனித்தாள். அவளுக்கு இவளைப் பார்த்த ஞாபகம். எங்கே எப்போ பார்த்தோம்? ஹேமா குழம்பிப் போனாள். சட்டென்று ஞாபகத்திற்கு வந்தது. திடுக்கிட்டாள். சாந்தாம்மாவின் பூஜை அறையில அவளின் போட்டோ மாட்டப்பட்டிருந்தது. அவளின் நினைவுக்கு வந்தது. வியப்பும்... திகைப்பும் அடைந்தாள்.

"அப்படின்னா நீங்க சாவித்திரி அக்காவா? என்னால நம்பவே முடியல? இது நிஜந்தானா?"

என்று சொன்னவள் மிரண்டுத்தான் போனாள். அவளின் உடம்பை ஒரு முறை கிள்ளி பார்த்துக் கொண்டாள். யாருக்குத்தான் இருக்காது இந்த பயம்?

"ஹேமா நீ என்ன நினைக்கிறேன்னு எனக்கு தெரியுது. அதுக்கெல்லாம் இது நேரமில்லை. பிறகு சாவகாசமா எல்லாக்கதையும் பேசலாம். இப்ப என்னோடக் கையைப் புடிச்சுக்கிட்டு மெல்ல மெதுவா எழுந்திரி...!"

என்று சொல்லி கை தாங்கலாக ஹேமாவைத் தூக்கி விடுகிறாள்.

"என்னால முடியலையே நான் எப்படி எழுந்திரிப்பேன்?"

பாதி மயக்கம் தெளிந்தும் தெளியாமலும் கேட்கிறாள்.

"அக்கா... உங்களால முடியும், எழுந்திரிங்கக்கா நாம மனசு வைச்சா எல்லாமே சுமூகமா முடியும்!"

என்று சொன்ன சாவித்திரி மீண்டும் அவளைத் தூக்கி விடுகிறாள். அவள் கையைப் பிடித்து எழுந்தவள்;

"சொல்லுங்கக்கா உங்களைப் பத்தி நானும் தெரிஞ்சிக்கிறேனே!"

தெரிந்தும் தெரியாதைப் போல் கேட்டாள் ஹேமா. சாவித்திரியும் ரகசியத்தை சொன்னாள் இவர்கள் பயப்படுவார்களே? என நினைத்தவள் சொல்ல ஆரம்பித்தாள்.

"நான் கொஞ்ச நாள் சாந்தம்மா ஆதரவுலத்தான் இருந்தேன், பிறகு அங்கிருந்து கௌம்பி வந்துட்டேன்; அதோ அங்க ஒரு வீடு தெரியுதே அதுதான் என்னோட வீடு!"

என்று மாயானக் கரைப் பக்கம் உள்ள வீட்டைச் சுட்டிக் காட்டினாள். அப்போது பக்கத்திலிருக்கும் போலீஸ்காரன்,

"என்னம்மா... சுடுகாட்டைக் காட்டுற?"

போலீஸ்கார்களுக்கு, பீதி கிளம்பியது. அவள் வரும் பொழுது ஒலித்த கொலுசு சத்தம், காற்றோடு கலந்து வந்த பூமல்லி வாசம்

அந்தப் பெண்களுக்கு வைத்தியம் செய்தது, எல்லாத்தையும் நினைத்துப் பார்க்கும் பொழுது தலை கிறு... கிறுக்க வைத்தது.

"உங்க கண்ணுக்கு அப்படி தெரிஞ்சா அதுக்கு நான் என்னா பண்ண முடியும்? உங்க கணக்கு அப்படி. இப்ப எங்கணக்கைப் பாருங்க!"

என்று சொன்னவள் ஹேமாவின் கையைப் பிடித்துக் கொண்டு ஹேமா உனக்கு நான் எப்பவுமே பக்கத் துணையா இருப்பேன். எல்லாமே நல்லபடியா முடியும்... நீ உங்குடும்பத்தோட நல்லா வாழ வேண்டும் வாழ்வாய். நீகவலைப்படாமப் போ... அப்படியே சாந்தாம்மாவைப் பார்த்தா நான் கேட்தாச் சொல்லு!"

என்று சொன்னவள் அங்கே ஒரு காற்றின் சுழல் வந்தது, எல்லோரும் சுழல் வந்தப் பக்கம் திரும்பிப் பார்த்தனர். அந்தச் சமயத்தில் ஒரு ஒளியாய் உருவெடுத்து காற்றோடு கலந்தாள் சாவித்திரி.

அவள் மறைந்த பிறகுத்தான் சாவித்திரியைப் பற்றி சாந்தாம்மா சொன்னது ஞாபகத்துக்கு வந்தது. அவள் இறந்து பல வருடங்கள் ஆனாலும் நல்ல சமயத்தில் வந்து உதவி செய்ததை நினைத்து பெருமிதம் கொள்கிறாள். பிறகு தண்ணீரிலே அடித்துச் செல்லப்பட்ட மாணவியின் விவரங்களைக் கேட்கிறாள். பின்னர்;

"இனிமேல் இந்த மாதிரி தனியாக வராதே; காலம் ரொம்ப கெட்டுப் போய்க் கிடக்கு. நம்பள நாமதான் பாதுகாத்துக் கொள்ளனும். ஒரு பொம்பளப்புள்ள தனியா வந்தா இப்படித்தான் நடக்கும்; இனிமேலயாவது பார்த்து நடந்துக்க!"

எனச் சொன்னவள் போலீஸ்கார்களின் உதவியோடு அந்தப் பெண்ணை அவள் வீட்டில் இறக்கிவிட்டு... விட்டு, அவளின் பெற்றோரிடம் நடந்த விவரங்களைச் சொல்லி 'பொண்ணை இனிமே தனியாக அனுப்பாதீங்க எனச் சொல்லி அங்கிருந்து போலீஸ் ஸ்டேசனை அடைந்தனர். போலீஸ் லாக்கப்பில், ஹேமா பெண்களுக்கான அறையிலேயே சேர்க்கப்பட்டாள். அந்த இடம் அவளுக்கு புது அனுபவமாக இருந்தது. படுத்து உறங்குவதற்கு

நல்ல வசதி இல்லை. இரவு நேரத்தில் தாள முடியாத கொசுக்கடி தொல்லை. என்ன செய்வது வந்து மாட்டிக்கொண்டோமே என நினைத்து அன்று இரவைக் கழித்தாள். விடிந்ததும் குளிக்க நல்ல வசதியில்லை. நல்ல காலை உணவும் இல்லை. நேரப்படி அவர்கள் சொல்லும் வேலைகளைச் செய்தாக வேண்டும். விதியின் மேல் பாரத்தைப் போட்டு விட்டு அங்குள்ளவர்கள் சொல்வதையெல்லாம் செய்தாள். அவளது கண்கள் மட்டும் வழி மேல் விழி வைத்துக் காத்திருந்தது.

மறுநாள் பொழுது விடிந்தது, வேணுகோபாலும், ஹேமாவின் அண்ணன்கள் இருவரும் அவளைக் காண வந்தனர். அவளைக் காண்பதற்கு அங்குள்ளவர்களின் அனுமதி பெற வேண்டும். அந்த அனுமதியைப் பெறுவதற்குள் போதும்… போதும் என்றாகிப் போனது. எப்படியோ ஒரு வழியாய் அனுமதியும் கிடைத்தது. அவளைக் கண்டவுடன் மூவரின் கண்களும் கலங்குகிறது. அதைக் கண்டு உள்ளுக்குள் அழுதாலும், அதை காட்டிக்கொள்ளாமல்;

“இப்ப எதுக்கு மூனு பேரும் கலங்குறீங்க? சும்மா பொட்ட புள்ள மாதிரி!” எனக் கேட்டு அவர்களைப் பார்த்து புன்னகைத்தாள்.

அதைக் கேட்டு வேணுகோபாலும், அவளது அண்ணன்மார்களும் வேதனையை மறைத்து கொண்டு புன்னகையைத் தவள விட்டனர். அப்போது அவளது அண்ணன் ராஜேந்திரன், இப்படிச் சொல்லி அவளை மகிழ்ச்சிப் படுத்தினான்.

“அம்மா… ஹேமா… உன்னோட கேசை அடுத்த மாதத்திற்கு தள்ளி வைச்சிருக்காங்க. உனக்காக வாதாட நல்ல வக்கீலாப் பார்த்திருக்கிறோம். அவர் பெண் வக்கீல்தான். ஞாயத்திற்காக போறாடுபவர். உங்களைப் போன்றவர்களுக்கு உதவுவதை அவர் பெரிதும் விரும்புவார். அவர் வாதாடிய எந்த கேசும், இதுவரை தோற்றதாக சரித்திரமே இல்லையாம். அப்படி ஒரு திறமை வாய்ந்த வக்கீலத்தான் நாங்கள் தேர்வு செஞ்சிருகோம். அவர் பெயர் தமிழ்ச்செல்வி. உம் புருசன் வேணுகோபாலும்,

அண்ணன்ங்க நாங்களும் இருக்கும் போது நீ எதுக்கும் கவலைப்படாம இருக்கோணும்!"

இப்படி அவர்கள் ஆருதல் சொல்லிக் கொண்டிருக்கும் பொழுது, அவள் அதோடு வரும் வழியில் நடந்தவற்றையும் ஒன்று விடாமல் சொன்னாள். அதைக் கேட்டு மூவரும்;

"இவ்வளவையும் கடந்து வந்தாயா? உனக்கு எப்படி இப்படி ஒரு தைரியம்?"

எனக் கேட்டு அதற்சிக்குள்ளாயினர். எதை... எதையோ அவர்கள் பேசினாலும் அவளது எண்ணமெல்லாம் மகன் எழிலைப் பற்றியே இருந்தது. கேட்காமல் மறைத்து பூட்டி வைத்திருந்தவள், தன் கணவனைப் பார்த்துக் கேட்டே விட்டாள்.

"அத்தான்... மகன் எழில் எப்படி இருக்கிறான்? பால் குடிக்காமல் அடம் பிடிக்கிறானா? ஜமுனா அவனை நல்லாப் பார்த்துக்கிறாளா?"

என்று கேட்டுக் கொண்டே விழிகளின் ஓரத்தில் படர்ந்த நீர்த் துளிகளைத் தனது முந்தானைத் தலைப்பால் யாரும் பார்க்கா வண்ணம் துடைத்துக் கொள்கிறாள்.

"அவனுக்கு என்ன? ஹேமா நல்லா இருக்கான். என்னா ஒன்னு அடிக்கடி கண்களைச் சுழற்றி அங்கும் இங்கும், எதையோ தேடுவது போல தோணும். இதைக் கூடவா நாம புரிஞ்சிக்க முடியாது? அவன் உன்னைத்தான் தேடுறான் என்று? ஜமுனா பால் குடுத்தால் தட்டி விடுகிறான்!"

இதைக் கேட்டதும் ஹேமா விசும்புகிறாள். அவள் அழுகையைக் கட்டுக்குள் கொண்டு வர முயற்சிக்கிறாள். தோற்றுப் போகிறாள். மகனைப் பார்க்காமல் அவள் மனம் படும் பாடு அவளைத் தவிர வேறு யாருக்குத் தெரியும்? மகன் எழில் கண் முன்னே நிழலாடுகிறான். அவளை 'அம்மா... அம்மா' என்று கூப்பிட்டப் பொழுது அவளையே அவள் மறந்திருக்கிறாள். அப்படியொரு இணை பிரியாத பந்தம் இருவருக்கும். மகனை

நினைத்து அவள் படும் வேதனையை வேணுகோபாலால் சகித்துக்கொள்ள முடியவில்லை. அவளுக்கு அவர் ஆறுதல் கூறுகிறார்.

“ஹேமா… அழாதே… இதுவென்னெ நிரந்திரப் பிரிவா என்ன? கோர்ட்டுல தீர்ப்பு வழங்கியதும் நீ வீட்டுக்கு வரத்தானே போறே? அதுக்குள்ள கண்டதையெல்லாம் நினைத்து மனசைப் போட்டுக் குழப்பிக் கொள்ளாதே அமைதியான நதியிலேதானே ஓடம் பிரச்சனை இல்லாமல் செல்ல முடியும்? அதைப் போலத்தான் நமது வாழ்க்கையும். எப்பவுமே மனம் தளரக் கூடாது!”

அவளது அண்ணன்களும், அவளின் கையைப் பிடித்துக்கொண்டு ஆறுதல் கூறுகிறார்கள். பிறகு வெகு நேரம் அங்கு இருக்க முடியாதலால் அனைவரும் அவளிடமிருந்து விடைப் பெற்றனர்.

வரும் வழியெல்லாம் அவர்களுக்கு அவளின் பேச்சுத்தான். எப்படியாவது இந்தச் சூழ் நிலையிலிருந்து அவளுக்கு விடுதலை வாங்கிக் கொடுத்து வெளியே கொண்டு வர வேண்டும் என்று பலமாகத் திட்டமிட்டனர். எப்படித்தான் திட்டம் தீட்டினாலும் அவர்களால் என்ன செய்ய முடியும்? ஒன்றும் செய்ய இயலாதுத்தானே?

அதோடு நின்றுவிடாமல் சூட்டோடு சூடாக வக்கீல் தமிழ்ச்செல்வியின் வீட்டை நோக்கி விரைந்தனர். அவர்களின் அரவம் கேட்டு வக்கீல் தமிழ்செல்வி கதவைத் திறந்துப் பார்த்தார்.

“வணக்கம் அம்மா… நாங்கள் வந்தது உங்களுக்கு ஏதும் இடைஞ்சல் இல்லையே?”

என்று ஹேமாவின் அண்ணன் ராஜேந்திரன்தான் கேட்டான்.

“நியாயம் இருக்கிற இடத்துக்கு யாரு வேணுனாலும் வரலாம். யாரும் வேண்ணுனாலும் போகலாம். ஆனால் அவர்கள் நியாயத்திற்கு எந்த பங்கமும் செய்யதவர்களாக இருக்க வேண்டும். இளைஞர்கள் சற்று நிதானமாக சிந்திக்க மாட்டார்கள்.

சீக்கிரம் உணர்ச்சிகளுர்ச்சிகளுக்கு, ஆட்பட்டு விடுவார்கள் என்ற பொதுவான அபிப்பிராயம் இருக்கிறது. இதில் உண்மை இல்லாமலும் இல்லை. ஆனால் உங்களைப் போன்ற ஆழ்ந்து சிந்திக்கும் அறிவுள்ள மனிதர்களும் இல்லாமல் இல்லை!"

என்று ஹேமாவின் கணவனையும், அவளது அண்ணன்களையும் பெருமையாகவே பேசினாள் ஐம்பது வயதை நெருங்கிக் கொண்டிருந்த வக்கீல் தமிழ்ச்செல்வி.

"உங்களை நம்பித்தான் நாங்கள் இருக்கிறோம். எப்படியாவது எங்கள் தங்கை ஹேமாவை நீங்கள்தான் வெளியே கொண்டுவர கோர்டிலே வாதாடி ஜெயிக்க வேண்டும்!"

என்று ஹேமாவின் சின்ன அண்ணன் கேட்டுக்கொண்டான். அதற்கு வக்கீல் தமிழ்செல்வியும்,

"நீங்கள் எதுக்கும் கவலைப்பட வேண்டாம். உண்மையே வெல்லும். எது நடக்குமோ அது நன்றாகவே நடக்கும், அதற்குள்ளாக நான் ஒரு தடவை ஹேமாவைப் பார்த்துப் பேச வேண்டும், என்ன நடந்தது? எப்படிநடந்தது? விசாரித்தப் பிறகே நான் முழும்மையாக இந்தக் கேசை எடுத்து நடத்த முடியும்!"

என ஆறுதல் சொல்லி அவர்களுக்கு விடை கொடுத்தாள் தமிழ்ச்செல்வி. அவர்களை வழியனுப்பி வைத்துவிட்டு மறுநாள் ஹேமாவைப் பார்த்து வரக் கிளம்பினாள்.

அங்கு போனவுடன் ஹேமாவைப் பார்த்து பேச சாமான்னியமாக அவளுக்கு அனுமதி கிடைக்கவில்லை. இருந்தும் தமிழ்ச்செல்வி மனம் தளரவில்லை.

அத்தியாயம் 19

அங்குள்ள பெரிய அதிகாரிகளைப் பார்த்து ஒரு வழியாக அனுமதி பெற்று ஹேமாவைப் பார்த்து விவரங்களைப் பெற்றுக் கொண்டு வீட்டில் வந்து அலசி ஆராய்ந்தாள். அவளை எப்படி வெளியே கொண்டுவருவதென்று. அவளுக்கு ஒரு பிடி மானம் மட்டும் பேருதவியாக இருந்தது. அதுதான் தற்காப்புக்காக கொலை செய்தாள் என்பது. அவள் திறமைசாலியான வக்கீலாக இருந்தாலும், இந்தக் கேசில் தோற்றுப் போய்விடக் கூடாது என்பதற்காக இரவு பகலென்று பாரமல் பகவதைகீதையைப் படிப்பது போல் அதற்குறியப் புத்தகங்களை எடுத்து படித்தாள்.

கோர்டில் கேஸ் நடக்கும் நாளும் வந்தது. ஹேமாவை வழக்குறைக்கும் கூண்டிலே நிற்க வைத்திருந்தார்கள். அவளின் குடும்பத்தில் அனைவரும் அங்கே கூடியிருந்தனர். ஒரு வழியாக வாதாடுவதில் வல்லவரான வக்கீல் தமிழ்ச்செல்வியே வெற்றி பெற்றார். ஆமாம் எந்த ஒரு சொதப்பலும் இல்லாமல் ஹேமா தற்காப்புக்காகத்தான் அந்தக் கொலை செய்தாள். எனக் கூறி அவளை விடுதலை செய்தனர். எல்லோருக்கும் அளவில்லா ஆனந்தம்.

விடுதலைப் பெற்று வெளியே வந்த ஹேமா முதலில் எழிலைத்தான் பார்த்தாள். எழிலும் தாயின் கையை விட்டு நழுவி, ஹேமாவின் தோளுக்குத் தாவினான். அவளும் தன் குழந்தையை அள்ளி அணைத்து முத்த மழைப் பொழிந்தார்.

காலங்கள் ஓடியது. எழிலுக்கு நான்கு வயதானதும் பாலர்பள்ளிக்கு அனுப்பி வைத்தனர். ஆனால் கூடவே

ஹேமாவும், உடனிருந்து பள்ளி முடிந்ததும், வீட்டுக்கு கூட்டி வந்தாள். அதிலும் அவளுக்கு அளவில்லா ஆனந்தம். இதை விட வேறென்ன இன்பம் வேண்டும்மென்று இருந்தாள். எழில் ஏழு வயதில் ஆரம்பப் பள்ளியில் அடியெடுத்து வைத்தான் படிப்பிலும் கெட்டிக்காரனாக திகழ்ந்தான்.

அவனுக்கு ஒன்பது வயதானது. அவனது செயலில் மாற்றங்களைக் கண்டாள் ஹேமா. அதைக் கண்டு அவள் திடுக்கிட்டதோடு அல்லாமல் மனமும் வேதனைப் பள்ளத்தில் விழுந்துச் சிதறியது.

இதிலிருந்து விடுபட முடியுமா? என தத்தளித்தாள். நான்தான் அப்படியென்றால் இந்தக் குடும்பத்தின் வாரிசும் இப்படியா? வேதனையால் துவண்டு போனாள். ஆனால் அவள் மனம் தளரவில்லை. எதற்கும் ஒரு மார்க்க முண்டு என்பதை மனதில் கொண்டு அடுத்தக் கட்டமாக கணவனின் அனுமதியோடு மகனைக் கூட்டிக் கொண்டு விமானத்தின் மூலம் தாய்லாந்து நாட்டிற்கு பறந்தாள். வினமானத்தில் சன்னல் ஓரத்தில் அமர்திருந்த எழிலுக்கு கீழே பார்க்கும் பொழுது குட்டிக் குட்டித் தீவுகளாக தெரிந்தது. பிறகு கடலுக்கு மேலே பறப்பதைப் போல் இருந்தது. அதையும் அடுத்து வானத்திற்குள்ளே போவது போல் இருந்தது. அவனது காதுகளும் அடைதுக் கொண்டன. அப்பொழுது ஒன்பது வயது நிரம்பிய மகன் தாயிடம் யாதும் அறியாமல் இப்படிக் கேட்கிறான்.

“அம்மா... என்னை எங்கேம்மா கூட்டிக்கிட்டுப் போறீங்க? எதுக்குமா?” எந்த நாட்டுக்கும்மா போகிறோம்?”

பயம்மறியாத கன்று போல் கேட்டான். அவன் அப்படிக் கேட்டது அவளுக்கு நெஞ்சை தூக்கி வாறிப் போட்டது. எப்படியாவது சமாளித்தாக வேண்டும் என நினைத்தவள், மகனைக் கட்டியணைத்து;

“எஞ் செல்லம் நீ நல்ல ஒரு ஆண்பிள்ளையாய் வர வேண்டும். நல்லாப் படிச்சி மருத்துவ துறையில் உலகமே திரும்பி பார்க்கிற

மாதிரி எதையாவது நீ சாதிக்க வேண்டும். அது விஷயமாத்தான் நாம தாய்லாந்து நாட்டுக்குப் போகிறோம்!"

இலங்கையிலே அனுமார் தூக்கிய சஞ்சீவ மலையைப் போல் பாரத்தைச் சுமந்த ஹேமாவுக்கு கொஞ்சம் பாரம் குறைந்து நெஞ்சு இலகுவானதைப் போல் இருந்தது.

ஆனால் முழுக்க முழுக்க ஏன் தாய்லாந்து நாட்டில்லிருக்கும் டாக்டர் செல்லையாவைப் பார்க்கப் போகிறோம் என்று அவள் மட்டுமே அறிந்த விஷயம்.

ஆனால் தன்னை ஒரு பெண்ணாக்கிய டாக்டர்-செல்லையாவால் இந்த உதவியைச் செய்ய முடியுமா? இந்தக் கேள்வி அவள் உள்ளத்தை அரித்தது. இந்த விஷயங்களை டெலிப்போனில் பேச முடியாமல் மகனை அழைத்து கொண்டு நேரிலே காணச் சென்றாள்.

அவள் வருவதை அங்குள்ள திருநங்கைகளின் தலைவியான வைஷ்ணவிக்கு மட்டும் தெரிவித்திருந்தாள். அவர்கள் சுவர்ண பூமி விமான நிலையத்தைவிட்டு இறங்கியதும் அவர்களை அன்புடன் வரவேற்றது வைஷ்ணவிதான். அவர்களை கட்டித் தழுவி நலம் விசாரித்தாள். ஹேமாவும், மகன் எழிலும் அன்று இரவு அவர்கள் வீட்டிலியே தங்கினர். ஹேமா அவள் வாழ்க்கையில் நடந்த அத்தனைக் கதைகளையும் ஒன்று விடாமல் சொன்னாள். அவள் சொன்னக் கதைகளைக் கேட்டு வைஷ்ணவி ஆச்சரியப்பட்டுப் போனாள்.

"அம்மா மகன் எழிலை ஏன் கூட்டி வந்திருக்கிறேன் என்ற விஷயம் அவனுக்கு தெரியாது. நம்மைப் போல பிறந்து விட்ட அவனை நம்மைப் போல் ஆளாக்கிவிட்டால் எங்கள் குடும்பம் தலைக்காது. எங்கள் குடும்பம் தலைக்க வேண்டும். அவன் ஆண்மகனாக வளர வேண்டும். அவனுக்கு ஒரு பொண்ணைப் பார்த்து கல்யாணம் பண்ணி வைக்க வேண்டும். அவனது வாரிசு எங்கள் வீட்டில் ஓடியாடி விளையாட வேண்டும். என் பேரப்பிள்ளைகளோடு நான் கொஞ்சிக்குலாவ வேண்டும்.

இப்பொழுது என் மகனுக்கு ஒன்பது வயதுதான் ஆகிறது. அவன் அவனது உணர்வுகளை அவன் அறியுமுன்னே நான் அறிந்து கொண்டேன். ஏன்னா நான் அந்தப் பாதையைக் கடந்து வந்தவள் இல்லையா? அதனால் அவனது உணர்வுகளை அவன் தெரிந்து கொள்ளும் முன்பே நான் புரிந்து கொண்டேன்.

நான் வளர்ந்த சமயத்தில் என் மீது யாரும் அக்கரை எடுத்துக்கொள்ளவில்லை. இதைப் போன்ற வசதிகள் இருக்கிறதா? என்று கூடத் தெரியாது. ஆனால் அதன் கஷ்டங்களை அனுபவித்த, நான் என் மகனை அப்படி விட்டு விட விரும்பவில்லை!"

என்று தன் மன வேதனையை, ஓட்டுக் குள்ளே இருந்து ஆமை தலையை நீட்டுவது போல் கண்ணீருக்கிடையே சொல்லி முடித்தாள். அதைக் கேட்ட வைஷ்ணவியும்;

"நீ எதுக்கும் கவலைப்படாதே ஹேமா. நாம கும்பிடுற பவித்திரமாதா நம்மளை ஒரு போதும் கைவிட மாட்டாள். எல்லாம் நல்லபடியாவே நடக்கும். நாளைக்கு பொழுது விடிஞ்சதும் டாக்டர் செல்லையாவைப் போய்ப் பார்க்கலாம்!"

என்று ஒரு தாயைப் போல் ஆறுதல்கூறினாள்.

அன்று அமாவாசை கும்மிருட்டு. ஒரே மழையாக இருந்தது. இளம் கன்று பயம் அறியாததை போன்று, எழில் எல்லோரும் தூங்கிவிட்டார்களா? என்று நோட்டமிட்டான். அனைவரும் தூங்கிவிட்டார்கள் என்பதை உறுதி செய்து கொண்டான். அனைவரும் உறங்கிவிட்டார்கள் என உறுதியாக நம்புவதற்கு நாடு விட்டு நாடு வந்திருக்கும் அவனது தாயே தூங்கும் பொழுது மற்றவர்களைக் கேட்கவா வேண்டும்?

எங்குப் பார்த்தாலும் ஒரே இருளாக இருந்தது. மனதில் தைரியம் ஒன்றையே துணையாகக் கொண்டு அடிமேல் அடி வைத்து மெல்ல நடந்தான். அவர்கள் தங்கியிருக்கும் பங்களாவை அடுத்து ஓர் ஏரி இருந்தது. எங்கு பார்த்தாலும் ஒரே இருளாக இருந்தது. உலகமே கரிய போர்வையைப் போர்த்திக் கொண்டிந்தைப் போலத் தோன்றியது. ஏரி நுழைவாயிலில் ஒரு

படகு கட்டி வைக்கப்பட்டிடருந்தது. கயிற்றை அவுத்து விட்டு துடுப்பை எடுத்து மெதுவாக துடுப்பை அசைத்தான். ஆனால் முடியவில்லை. காரணம் அந்த வயதுமில்லை, அவ்வளவு சக்தியும்மில்லை. படகை விட்டு திரும்பவும் கரை மேல் ஏறினான். அந்தச் சமயம் பார்த்து;

அவனுக்கு எங்கிருந்தோ துடுப்புகளால் நீரைத் தள்ளும் சத்தம் கேட்டது. அந்தச் சத்தத்தைத் தவிர வேறு எதுவும் கேட்கவில்லை. சிறிது நேரத்தில் அந்தச் சத்தமும் அடங்கிப் போனது. அவன் நாடித் துடிப்பு டப்... டப் என்று அடிப்பது அவனது காதுகளுக்கே கேட்பது போல் அவ்வளவு அமைதி. வானத்தில் தெரிந்த இரண்டொரு நட்சத்திரங்கள் கண்ணுக்கு தெரியாமல் காணாமல் போனது.

மழை வேறு வரும் போல் தெரிந்தது. இடியும் மின்னலும் தெரித்தது. சில மழைத்துளிகள் அவன் மேல் விழுவதைப் போல் உணர்ந்தான். அது மழைத்துளிகள்தானா? அல்லது வேறு எங்காகவது இருந்து தன் மீது விழுகிறதா? என்று சந்தேகம் கூட அவனுக்கு எழுந்தது.

அந்த நந்தவனத்தில் பளிங்கு கல்லால் செய்யபட்ட ஒரு அழகிய ஆசனத்தில் யாரோ அமர்ந்திருப்பதைப் போல் தெரிந்தது. பல விதமான மலர்கள் பூத்துக் குலுங்கி மணம் வீசிக் கொண்டிருந்தன. இரவு நேரமானதால் மின் மினி பூச்சிகள் மினுக் மினுக் கென்று வட்டமடித்தன. சிறிது தூரத்திலிருந்தப் புளிய மரத்தின் தாழ்வானக் கிளையில் பட படவென்று சிறகடித்துப் பறந்து வந்த ஒரு பெரிய பருந்து வந்து உட்கார்ந்தது. அதன் காலிடுக்கில் ஏதோ சிக்கி இருந்தது. அது வீச் வீச்சென்று பரிதாபமாக் கத்தியது. அந்த அபயக் குரல் கேட்டு திடுக்கிட்டான் எழில்.

தலை நிமிர்ந்து பார்த்த அவன் ஆவேசத்துடன் மரத்தின் கீழே கிடந்த கற்களை எடுத்து பருந்தை நோக்கி குறி பார்த்து எறிந்தான். அவன் எறிந்த கற்கள் சர்.. றென்று பறந்து பருந்தின்

மீது பட்டு நிலை தடுமாறி கீழே விழுந்தது. அப்போது அதன் கால் பிடியில் சிக்கியிருந்த எலி கீழே பொத்தென்று விழுந்தது.

கல்லடிபட்ட வேதனையில் துடித்துக் கொண்டிருந்த பருந்து கடுங்கோபத்துடன் சீறிப் பாய்ந்து வந்து எழிலை தாக்க முயன்றது. பருந்திடம் சிக்காமல் துள்ளிக் குதித்து ஓடிய எழில், கையிலிருந்த மீதமுள்ள கற்களைப் பருந்தின் மீது வீசினான். அடி தாங்க முடியாமல் கீச் கீச் சென்று கத்தியப் பருந்து கோபத்துடன் அவனை வட்டமிட்டு பறந்து தாக்க குறி பார்த்துக்கொண்டிருந்தது.

எழில் பக்கத்திலிருந்த ஒரு நீளமான கம்பை உருவி எடுத்து கையில் நீட்டிப் பிடித்தபடி தன்னை பறந்து தாக்க வரும் பருந்தை தாக்க தயாரானான். பருந்து குபீர் என்று அவன் மீது பாய்ந்தது. எதிர் பார்த்து காத்திருந்த எழிலும், கம்பைச் சுழற்றி குறி பார்த்து பருந்தின் தலையைப் பார்த்து படார் என்று அடித்தான். அடி சரியான அடி. பருந்து பயங்கரமாகக் கத்தியபடி தரையில் விழுந்தது. அவன் அடித்த அடியில் பருந்தின் தலையில் இரத்தம் கொட்டியது. சிறகுகள் சிதறின. ஆத்திரம் தீரும் வரை அடித்து நொறுக்கினான். பருந்து பிணமாகிப் போனது.

என்னத்தான் தைரியசாலியாக இருந்தாலும், உண்மையிலேயே இனம் புரியாத ஒரு பயம் அவன் நெஞ்சைக் கவ்விக்கொண்டது. தன்னந் தனியாக, நட்ட நடு நிசியிலே, காரிருளிலே, நிர்கதியாக இருக்கும் போது எப்படிப்பட்ட உறுதியான நெஞ்சமும் கலங்கத்தானே செய்யும். அதே கதிதான் எழிலுக்கும். மறுகணம் தன் நடையை விரைவாகப் போட்டான்.

அந்த நேரம் பார்த்து எங்கிருந்தோ மல்லிகைபூ வாசம் மூக்கைத் துளைத்தது. அதனையும் தொடர்ந்து சல்... சல்... என கொலுசு சத்தம். தன் அம்மாதான் வந்துவிட்டாறோ? என்று சத்தம் வந்த திசையை நோக்கி தன் பார்வையை ஓடவிட்டான். ஒரு கணம் அவன் மனம் துணுக்குற்றது. அங்கே அவன் கண்ட காட்சி அதற்சியடைய வைப்பதாக இருந்தது.

வானம் கறுப்பு திரைபோல் காட்சியளித்தாலும், கொலுசு சத்தம் கேட்ட திசையில் அவன் எதையோ தேடினான். கொஞ்ச நேரத்தில் ஓர் வெளிச்சம் மின்னலைப் போல விட்டு... விட்டு தோன்றியது. அந்த வெளிச்சம் 'குபீர்... குபீர்' என்று தோன்றி மறைவதைப் போல் மறைந்தது.

முன்னைவிட பயம் அதிகமாகவே ஏற்படத்தான் செய்தது. கலங்கும் மனதைத் திடபடுத்துவது போல் நெஞ்சை அழுத்திப் பிடித்துக் கொண்டான். அப்போது பலமான காற்று திசை மாறி போவதைப் போல் சுழன்று அடித்து ஓய்ந்தது. அதிலிருந்து ஓர் அழகியப் பெண்ணின் உருவம் தோன்றியது. கண்ணைப் பறிக்கும் சூரிய பிரகாசம் போன்ற ஒளியுடன் கூடிய ஒப்பற்ற அழகு தேவதையான அவளை பயபக்தியுடன் இருகரம் கூப்பி வணங்கினான். அது பெண்ணாக இருப்பதால் அங்கு குடியிருப்பவர்களில் ஒருவரோ என எண்ணி மனதை திடபடுத்திக்கொண்டான். வந்தவளும் பரபரப்பு நிறைந்த குரலில்; "எழில் இங்கே என்னப்பா செய்யுற? இந்த மாதிரி இடத்துக்கெல்லாம் தன்னந்தனியா வரக்கூடாதப்பா இந்த மாதிரி இடங்களை தன்னந்தனியா வந்து பார்ப்பது ஆபத்து நிறைஞ்சது. இதெல்லாம் உனக்கு யாரும் சொல்லலையா?"

என்று சொல்லி அவனது தோளில்லே கையைப் போட்டு அவனை அணைத்தாள். அவளது அணைப்பு தாய் அணைப்பது போல் இருந்தது. அவள் கையிலே வைத்திருந்த கறுப்பு போர்வையால் அவனை போர்த்திவிட்டாள். பிறகு அவனை மெதுவாக அணைத்தவாறே;

"இந்த ஏரியை அடுத்து ஒரு கடல் வரும். அந்தக் கடலில் இருக்கும் நீரானது செந்நிறமாக இருக்கும். அந்தக் கடலைக் கடந்து சென்றால் தீவு ஒன்று வரும். அந்தத் தீவில் பளிங்கால் செய்யபட்ட மாளிகை ஒன்று இருக்கு. அதிலே இரத்தக் காட்டேரிகள் இருக்கு. அதுங்க மனிதர்களோட இரத்தத்தை உறிஞ்சி குடிக்குமாம். ஆனால் அங்கே யாருமே போக முடியாது.

என்று சொன்னவளுக்கு மேல் மூச்சி வாங்கியது. இதையெல்லாம் அமைதியாக கேட்டவன், தொடர்ந்து அவளை கேள்விகளைக் கேட்டு துளைத் தெடுத்தான். அவளும் சளைக்காமல் பதில் சொன்னாள்.

" அக்கா... ஏனக்கா அங்கே யாருமே போகமாட்டார்கள்?"

அவனுக்கு ஒரே குழப்பமாக இருந்தது.

"ஏன்னா... செந்நிறத்தில் இருக்கும் கடல் நீரானது எப்போதுமே கொதித்துக் கொண்டேதான் இருக்கும். கொதிக்கும் நீர்ருல யாரு எப்படிப் போறது?"

"இந்த விவரங்கள் எல்லாம்... உங்களுக்கு எப்படியக்கா தெரியும்?"

என்று ஆவல் நிறைந்த குரலில் வினவினான்.

"அதெல்லாம் கேட்க்கக் கூடாது. எனக்குத் தெரிந்த விஷயங்களை உனக்கு சொல்லிட்டேன். உனக்கு இந்த அளவுக்காவது உதவி செய்ய முடிஞ்சதேன்னு சந்தோஷமா இருக்கு. இனி மேல் யாருடைய துணையும் இல்லாமல் இப்படித் தன்னந்தனியா வராதே. அது உனக்கு ஆபத்தா முடியும் இது பருவத்தில் வரும் அறியாமை. என்ன புரிஞ்சதா?!"

"சரியக்கா...!"

இப்படி பேசிக் கொண்டே வாசல்வரை கொண்டுவந்து விட்டு விட்டு போனாள். அவள் போவதையே பார்த்தவன் கண்களுக்கு திடீறென்று காணாமல் போனாள். அவள் அங்கேதான் மறைந்திருக்கிறாள் என்று யாரும் அறியவில்லை. அவனின் கண்கள் அவளைத் தேடியது. அவள் பெயரைக் கூட அவன் கேட்கவில்லை. சென்ற பிறகுதான் அவளைப் பற்றிய விவரங்களை கேட்கவில்லையே என்று வருந்தினான். அவளை அவன் மீண்டும் பார்ப்பானா? அது மனதுக்குள் ஒரு கலக்கத்தை உண்டு பண்ணியது.

வீட்டுக்குள்ளே சென்றவன் தன் தாய் விசும்பி... விசும்பி அழுவதைப் பார்க்கிறான். அவனைக் கண்டதும் ஹேமா;

"என்னைவுட்டுட்டு எங்கேடா செல்லம் போனாய்? புது இடம் நான் எப்படி துடிச்சி போயிட்டேன் தெரியுமா?"

அத்தியாயம் 20

சோகத்தோடு சொல்லி முடித்தவளுக்கு பதில் பக்கத்து அறையிலிருந்து வந்தது. "ஆமாம் இதுதான் புள்ளையைப் பார்த்துக்கிற லட்ஷணமா? யாருக்குத்தான் அலுப்பு இல்லை? அதுக்காக புள்ள எங்க போறானுக்கூடவா தெரியாமப் போயிடும்? எப்படியோ கடவுள் கிருபையால் பையனுக்கு எதுவும் ஆகல?"

பேச்சு சத்தம் வந்த திசையை உற்று கவனித்தாள். யாரும் இல்லை.

"யாரது... யாரது...? வைஷ்ணவி அம்மாவா?"

வைஷ்ணவி அம்மாதான் மகனை அழைத்து வந்திருக்கிறாள் என நினைத்து கேட்டாள். பதிலேதுமில்லை. இருந்தும் மகனை அள்ளி அணைத்து மீண்டும் கேட்டாள்.

"இந்தப் புது இடத்துல எங்கேயா எழில் போனாய்?"

"அது வந்தும்மா இந்த இடம் பார்க்கப் புதுமையா இருந்துச்சிம்மா, வீட்டை சுற்றி அழகான பூந் தோட்டங்கள், பழ மரங்கள். மரத்திலே உறங்கும் பறவைகள், வீட்டோரம் உள்ள ஏரி, பார்க்க ரொம்ப அழகா இருந்துச்சி, அதான் பார்க்கப் போனேன். அதுக்குள்ள ஓர் அம்மா வந்து இங்கெல்லாம் தனியா வரக்கூடாதுன்னு சொல்லி என்னை கூட்டியாந்துட்டாங்க... இன்னொரு விஷயம்மம்மா அவுங்கத்தான் சொன்னாங்க!"

"என்ன சொன்னாங்க?"

"இங்கே பக்கத்திலிருக்கிற ஏரியை அடுத்து ஒரு கடலிருக்காம். அந்தக் கடலைத் தாண்டி ஒரு பங்களா இருக்காம்.

ஆனால் அங்கே யாரும் போக முடியாதாம். ஏன்னா அங்கே உள்ள தண்ணீரெல்லாம் சிகப்பு நிறத்துல இருக்குமாம். வண்ணம் சிகப்பாக இருந்தாலும் பரவாயில்லை. அந்த நீரெல்லாம் கொதிக்குமாம்!"

என்று சொன்னவனைப் பார்த்து பதிலுக்கு ஹேமாவும்;

"ஆமாண்டா செல்லம் இதையெல்லாம் பகலிலே கூட போய் பார்க்கலாமே, எதுக்கு இந்த நடு நிசி நேரத்துல? உனக்கு ஏதாவது ஆய்யிட்டா இந்த அம்மாவால தாங்கிக்கொள்ள முடியாதைய்யா!"

என்று இவர்கள் பேசும் சத்தம் கேட்டு வைஷ்ணவியும் அங்கு வந்துவிட்டாள்.

"சரியாகச் சொன்னாய் ஹேமா! உன்னுடைய கணிப்பில் தவறேதும் இல்லைதான். இந்த இடம் பார்க்க அழகாக இருந்தாலும், இரவு நேரத்துல இந்தச் சுற்றுபுறம் அவ்வளவு நல்ல இடமில்லை என்பதை நீங்க வந்தவுடனேயே சொல்லி இருக்கணும். சொல்லனுமுனுத்தான் நினைச்சேன். ஆனால் உங்களை பார்த்த சந்தோஷத்துல அதை மறந்துட்டேன். நல்ல வேளை, புள்ளைக்கு ஒன்னும் ஆகல அதுவரைக்கும் நாம கும்பிடுற பவித்திரமாதாவுக்குத்தான் நன்றி சொல்லனும்!"

இப்படி வைஷ்ணவி சொல்லி முடித்ததும், ஹேமா அவரைப் பார்த்து;

"அம்மா மகன் எழிலை இங்கே கொண்டுவந்து விட்டது யாருன்னு உங்களுக்கு தெரியுமா?"

என்று அரண்டு போய்க் கேட்டாள். அதைக் கண்டு மௌனியாக சிரித்த வைஷ்ணவி;

"ஹேமா... இங்கு இரவு நேரத்துல பலதுங்களோட நடமாட்டம் இருந்தாலும், எந்தக் கெட்ட சேட்டைகளும், நம்மள நெருங்கவிடாம நம்மளைச் சேர்ந்தவங்களும், முன்னோர்களும், மூதாதையர்களும் நமக்கு உதவி செஞ்சிக்கிட்டுத்தான் இருக்காங்க. அவுகளையும் நாம எப்பவுமே மறக்கக்கூடாது.

சரி... சரி... மனசை போட்டு குழப்பிக்காம போய் நல்லா தூங்கி ஓய்வெடுங்க; விடிஞ்சா ஆஸ்பத்திரிக்கு போவோணும். சரியா?"

என்று சொல்லி அவளது அறைக்கு சென்றாள் வைஷ்ணவி. ஹேமாவும் மகனை அணைத்தவாறே உறங்கியே போனாள். ஆனால் எழிலுக்கு ஒன்பது வயதாக இருந்தாலும் போய் பார்த்து வந்த அந்த இடத்தை திரும்பப் பார்க்க வேண்டும்போல் இருந்தது. இருந்தும் தாய்ச் சொல்லை தட்டாத அவன் அன்னையின் அணைப்பில் உறங்கியே போனான்.

உறங்கிய எழிலுக்கு அந்தக் கடலில் உள்ள பங்களா, அங்கு கொதித்து கொண்டிருக்கும் செந்நீர், அவன் பருந்தை அடித்து கொன்றது எல்லாமே கண் முன் வந்து நிழலாடியது.

அவனை பாதுகாப்பாக அம்மாவிடம் கொண்டுவந்து விட்டவளின் பெயரை கேட்க்கவில்லையே என்று மிகவும் வேதனையுற்றான்.

மறுநாள் பொழுது விடிந்தது. ஹேமா, மகனுக்கு தேவையானதை எடுத்து வைத்துவிட்டு, மகனை எழுப்பி முழுகாட்டி, உடைகளை அணிவித்து புறப்பட தயாரானாள். வைஷ்ணவியும், தயாராகிவிட்டாள் என்பதை அவள் கொடுத்த குரலின் வழி தெரிந்தது.

"ஹேமா... இன்னும் என்ன பண்றீங்க? சீக்கிரம் போனாத்தான் பார்க்கலாம். நேரங்கழிச்சிப் போனா, நீளமான வரிசையில நின்னுத்தான் நம்பரை எடுக்க முடியும். இருந்தாலும் டாக்டர் செல்லைய்யாக்கிட்ட நீங்க அவரை பார்க்க மலேசியாவுல இருந்து வந்திருக்கீங்கனு டெலிப்போன்னுல சொன்னேன். அவரும் உங்களுக்காக காத்திருப்பாரு.

எனச் சொல்லி அவசரப்படுத்தினாள் வைஷ்ணவி. அதைக் கேட்டு சந்தோஷப்பட்ட ஹேமாவும்;

"இதோ வந்துட்டேம்மா...!"

என்று சொன்னவள்;

“அம்மா... அவர் நான் என்ன விஷயமா வந்திருக்கேனு, ஏதும் கேட்டாரா? இல்லை நீங்கள் ஏதும் சொன்னீங்களா?”

ஏதோ ஓர் எதிர்ப்பார்ப்போடு கேட்டாள்.

“அதெல்லாம் நான் ஒன்னும் சொல்லல, ஆனால் நீ அவரைப் பார்க்க வந்திருக்கேன்னு சொன்னவுடன், அவரோட குரலில் சந்தோஷம். அதை என்னால புரிஞ்சிக்க முடிஞ்சது. அதை நீயே நேருல பார்த்து புரிஞ்சிக்க!”

என்று சொல்லியவள் தன் காரின் உள்ளே அமர்ந்து காரை இயக்கினாள் வைஷ்ணவி. ஹேமாவும் எழிலும் காரில் அமர்ந்தனர். கார் டாக்டர் செல்லையாவின் மருத்துவமனையை நோக்கி பறந்தது. ஹேமாவுக்கு ஒரு பக்கம் மகிழ்ச்சியாக இருந்தாலும், மறு பக்கம் இது நடக்கும்மா? இது சாத்தியம்மாகுமா? என்று மனம் அலைக்கழித்து. அவள் மௌனம்மாகவே வந்தாள். அவளின் மௌனத்தை கலைத்தாள் வைஷ்ணவி.

“என்னம்மா? ஹேமா ஏன் ஒரே குழப்பமா இருக்கே? அகத்தின் அழகு மொகத்துல தெரியுதே?”

“அதெல்லாம் ஒன்னும்மில்லம்மா... வந்த காரியம் ஜெயமாகுமா? அதை நெனைச்சாத்தான் மனசு பக்குன்னுது!”

வைஷ்ணவியும், அவள் புலம்புவதைக் கேட்டுகொண்டே வந்தாள். கேட்டுகொண்டே வந்தவள் இடை மறித்தாள்.

“இங்க பாரு ஹேமா... நான் என்ன நினைக்கிறேன் என்பதைவிட நீ என்ன நினைக்கிறாய் என்பதுதான் முக்கியம். டாக்டர் செல்லையாக்கிட்ட போனவுங்க தோல்வியோட திரும்பியதே இல்லை! அப்படி இருக்கும் போது நீ எதுக்கு மனசைப் போட்டு குழப்பிக்கிற? எல்லா பாரத்தையும் நம்மை காக்கிற பவித்திர மாதா தலையில போட்டுட்டு, தைரியமா வா.!”

“அம்மா நீங்க நினைக்கிற மாதிரி என்னால இருக்க முடியலம்மா. ஏன்னா கொண்டு வந்தது பொன்னையோ, பொருளையோ இல்லையம்மா. நான் கூட்டி வந்திருப்பது எனது

உயிரையம்மா. அவனுக்கு எல்லாமே நாம கும்பிடுற தேவியின் அருளால நான் நினைச்சப்படி நடக்கணும்மா! என் மகனாலத்தான் எங்கள் குலம் தலைக்கும்மா!"

"ஹேமா, நீ வீணா குழம்புறது அர்த்தமற்றது. மனசை அங்கிட்டு இங்கிட்டு அலையவுடாம சந்தோஷமா வா. எல்லாம் நல்ல படியா நடக்கும்!"

அவளுக்கு ஆறுதல் சொல்ல வேற வார்த்தைகள் இல்லாமல் சமாதானப்படுத்தினாள். இதையெல்லாம் கேட்டுகொண்டே வந்த எழிலுக்கு புரிந்தும், புரியாமலும் இருந்ததால், தாயை கேட்டே விட்டான். அதைக் கேட்டு திட்டுக்கிட்ட ஹேமா;

"எழில் இதுவெல்லாம் இப்ப உனக்கு சொன்னால் புரியாதப்பா! நேரம் வரும் பொழுது நான் கண்டிப்பா உனக்கு சொல்றேம்பா. சரியா!"

இப்படி கூறிய ஹேமா, தன் மகனை மடியில் படுக்கவைத்தாள். வைஷ்ணவியும் காரை விரைவாக செலுத்தி மருத்துவமனையை அடைந்தாள். காரை சரியான இடத்தில் பார்க் பண்ணிவிட்டு மூவரும் மருத்துவமனையின் வாயிலை அடைந்தனர். வைஷ்ணவியும் அங்கே பதிவு செய்யும் தாதியிடம் காதோரம் ஏதோ சொல்ல அந்தத் தாதியும், அங்கேயுள்ள ஃபோனில் எதிர் முனையில் ஏதோ பேசினாள். பேசிவிடு ரிசீவரை வைத்தவள், வைஷ்ணவியை பார்த்து;

"மேடம்... டாக்டர் செல்லையா உங்களை உள்ளே வரச் சொல்கிறார்!"

என்று சொல்லி விட்டு அவளது வேலையை கவனித்தாள். அவள் அப்படி சொன்னதும் மூவரும் உள்ளே சென்றனர். அவர்களைக் கண்ட டாக்டரும் முகமெல்லாம் புன்னகைத் தவிழ அன்போடு வரவேற்றார்.

“வாங்க... வாங்க... வாம்மா ஹேமா! எப்படி இருக்கீங்க? குடும்ப வாழ்க்கை எல்லாம் எப்படி போவுது? இது யாரது உங்கள் பையனா?”

“ஆமாம் டாக்டர்... இவன் என் மகன்தான்... பெயர் எழில்லரசன், செல்லமாக எழில் என்றே கூப்பிடுவோம்!”

“அதான் பார்த்தாலே தெரியுதே! அப்படியே வேணுகோபாலை அச்சில் வார்த்தெடுத்தைப் போல இருக்கானே! சரி வந்த விஷயத்தைப் பற்றிப் பேசுவோமா? கொஞ்ச சேதிங்களை மேடம் வைஷ்ணவி டெலிப்போன்ல சொன்னாங்க!”

அதற்கு ஹேமாவும்;

“ஆமாம்... டாக்டர்... எம் பையன் எழில் விஷயமாகத்தான் வந்தேன்!”

என்று சொல்லியவள் டாக்டரின் முகத்தைப் பார்த்தாள். டாக்டரும்... தாயையும், மகனையும் மாறி... மாறிப் பார்த்தார். பிறகு வைஷணவியின் காதோரம் ஏதோ சொல்ல... சிறிது நேரத்தில் அவள் எழிலை அழைத்து கொண்டு பிள்ளைகள் விளையாடும் இடத்திற்கு சென்றாள்.

“ஏன் டாக்டர் அவர்களை போகச் சொல்லிவிட்டீர்கள்? காரணத்தை நான் தெரிந்து கொள்ளலாமா?”

“அது ஹேமா உங்க மகனை பருவம் அடையாத வயதிலேயே கூட்டி வந்திருக்கீங்க! இந்த அறியா வயதில் தெரிந்துகொண்டால் பிறகு விஷயம் தெரிந்து உங்களைப் போலவே இருக்க உங்க மகனும் ஆசைப்பட்டால் நாம் ஒன்றும் செய்ய இயலாது. அதனாலத்தான் அவனை இங்கிருந்து அழைத்து செல்லச் சொன்னேன்!”

“அப்படி கூட நடக்குமா டாக்டர்!?”

“என்னம்மா அந்தச் சூழலை கடந்து வந்தவங்க நீங்க. அந்தப் பருவம் வந்தவுடன், உங்களை உங்களால மாற்றிக்க முடியலத்தானே?

"ஆமாம் நீங்க சொல்றது நெஜந்தான்!"

"நாம எதைச் செஞ்சாலும் சந்தேகத்திற்கு இடமில்லாமல் செய்யணும்!"

"ஆமாம் டாக்டர்... நீங்க சொல்றதும் சரிதான்!"

"என்ன அவனது நடவடிக்கைகளை வச்சி அவனும் உங்களை மாதிரி பிறந்திருப்பானோ? என நெனைச்சி கூட்டியாந்துருக்கீங்க!"

"ஆமாம் டாக்டர் என் புள்ளைய ஓர் ஆண்பிள்ளையா பார்க்கத்தான் விரும்புறேன். எங்கள் குலம் வாழையடி வாழையா தழைக்க வேணும். நான் பட்ட கஷ்டங்கள், வேதனைகள் அவனும் படக்கூடாது!"

அவள் அதைச் சொல்லும் பொழுது அவளது கண்களில் கண்ணீர் வெள்ளமென பெருக்கெடுத்தது.

"இதுக்கெல்லாம் ஏம்மா கலங்குறீங்க? உங்க மகனை அறியா பருவத்திலேயேக் கூட்டிவந்தது நல்லதாப் போச்சி. அதுக்கு நாங்கப் பெரிசா ஒன்னும் செய்யப் போறது இல்லை!"

அவர் அப்படி சொன்னதும், ஹேமாவின் முகம் வாடிப்போனது.

"டாக்டர்... நீங்க சொல்றது எனக்கு புரியல!" என்றாள்.

"என்னம்மா... நாடு விட்டு நாடு வந்து என்னை தேடி வந்திருக்கீங்க... உங்களை ஏமாற்றுவேனா?"

இப்படி சொன்ன டாக்டர் செல்லையாவின் முகத்தில் புதையல் கிடைத்துவிட்டதைப் போல் மகிழ்ச்சிப் பொங்கியது.

"எழிலுக்கு நான் கொடுக்கும் ஹார்மோன் மாத்திரைகளை எல்லாம் முறையா கொடுங்க, பெண்களாக மாற எப்படி ஹார்மோன் மாத்திரைகளைக் கொடுக்கிறோமோ? அதேபோல இது ஆண்களுக்கான மாத்திரைகள்!"

"அது போதுமா டாக்டர்?"

வெகுளியாய் கேட்டாள்.

“அதான் இல்லை. அவனுக்கு ஹார்மோன் மாத்திரைகள் கொடுப்பதோடு, ஆண் பிள்ளைகள் செய்யும் புறப்பாடு நடவடிக்கைகளிலும் ஈடுபடுத்துங்க. அவனை பெண் பிள்ளைகளின் வாசமே இல்லாமல், ஆண் பிள்ளைகளோடு சேர விடுங்கள். அப்புறம் பாருங்களேன் உங்கள் சிங்கக் குட்டியை.!”

இதை கேட்ட அவளுக்கு, பால் பொங்குவதைப் போல் மகிழ்ச்சி பொங்கியது.

“நீங்கள் எடுத்திருக்கும் முயற்சி பெரும் முயற்சிதான். இதே போல ஒவ்வொரு பெற்றோரும், தங்களின் பிள்ளைகளைப் புரிஞ்சி அக்கரை எடுத்தாங்கனா சிறப்பாத்தான் இருக்கும். யாரு எடுக்கிறா?”

“ரொம்ப நன்றிங்க டாக்டர். இதுக்கு என்ன கைமாறு செய்யப்போறேனுத் தெரியல?”

“எதுக்குமா பெரிய பேச்செல்லாம்? நான் என்னுடைய கடமையைத்தான் செய்தேன்!”

எந்த பெருமிதமும் இல்லாமல் சொன்னார் டாக்டர்.

“ஏம்மா... நான் தெரியாமத்தான் கேட்கிறேன், கையிலே வெண்ணையை வைச்சிகிட்டு ஊரெல்லாம் நெய்... நெய்யின்னு அலைஞ்ச கதையால இருக்கு உங்க கதை?”

அத்தியாயம் 21

சிரித்துக் கொண்டே பட்டென்று கேட்டுவிட்டார் செல்லையா. அதைக் கேட்ட அவளும் திகைத்துப் போனாள்.

"நான் என்ன சொல்ல வற்றேன்னா? உங்க புருஷன் வேணுகோபாலும் ஒரு டாக்டர். அவருக்கு இந்த விஷயங்கள் எல்லாம் தெரிஞ்சிருக்கும். அப்படி இருந்தும் என்னைத் தேடி வந்திருக்கீங்க?"

"ஆமாம் டாக்டர், நான் வைஷ்ணவி அம்மாவைப் பார்த்துட்டு வர்றதாதான் அவருகிட்ட சொல்லிட்டு வந்தேன். ஆனால் இந்த விஷயத்தைப் பத்தி நானோ அவரோ பேசியதே இல்லை. ஆனால் ஒன்னு மட்டும் அடிக்கடி சொல்லுவாரு!"

அவள் வாயிலிருந்து ரகசியமான மந்திரங்கள் வருவதைப் போல் இருந்தது. அவள் சொல்வதையே உற்று கவனித்துக் கொண்டிருந்தார் டாக்டர். ஹேமா தொடர்ந்து பேசினாள்.

"எம் பயைன் பெரியவனாதும் அவரைப் போல மருத்துவம் படிக்கவைக்கப் போறாராம். இதுதான் அவர் அடிக்கடி சொல்லும் மந்திர வார்த்தைகள்!"

"அவரோட ஆசை இருக்கட்டும்... மொதல்ல பையனோட ஆசையைக் கேளுங்க பிறகு நீங்கள் முடிவெடுங்கள். அவனுக்கும் எதையாவது சாதிக்க வேணும்முன்னு ஆசை இருகலாம் இல்லையா?"

இப்படி பேசிக் கொண்டிருக்கையில் வைஷ்ணவி எட்டிப் பார்த்தாள். டாக்டரும் சைகையின் மூலம் அவர்களை உள்ளே

வரச் சொன்னார். உள்ளே வந்தவளும் இருகரம் கூப்பி வணக்கம் தெரிவித்தாள்.

"வாங்க மேடம்... எப்படி இருக்கீங்க... ரொம்ப நாளா இந்தப் பக்கமே காணல!"

"ஹேமாவுக்கு பல யோசனைகள் சொல்லியிருக்கேன். அதன் படி நடந்தால் அவுங்க எண்ணம் போல வாழலாம்!"

"ஆமாம்... டாக்டர் அவள் வாழ்க்கையிலே பல கனவுகளைக் காண்கிறாள். தன் கணவனுடனும், குழந்தையுடனும் எப்படியெல்லாம் வாழ வேண்டும்மென்று ஆசைக் கோட்டைகளை கட்டியள். அந்தக் கோட்டைகள் திடீரென்று சரிந்து விடுவதற்கு பெயர்தான் விதியோ? அந்த வாழ்க்கையில் விரிசல் விழும் போது வாழ்வே தேவையில்லை என்ற நிலைக்கு வந்துவிட முடியுமா என்ன? அதைப் பற்றியெல்லாம் ஆராய்ந்து கொண்டிருக்க முடியாமல் உங்களைத் தேடி வந்துவிட்டாள் விமோசனம் பெற!"

தன் மனதில் பட்டதை ஒளிவு மறைவு இல்லாமல் சொன்னாள் வைஷ்ணவி.

"தெய்வம் போல நீங்கள் இருக்கும் போது, எங்களைப் போன்றவர்கள் நாங்கள் ஏன் கவலைப்பட வேண்டும் டாக்டர்? ஆனால் எம் மவன் பெரியவனாதும் உலக்கமே திரும்பிப் பார்க்கும்படியா எதையாவது சாதிக்க வேண்டும்!"

அலைகள் சீறி எழும் ஓசையைப் போல் தன் மனதிலுள்ள ஆசைகளை சொல்லி முடித்தாள் ஹேமா.

"எதுக்கும் கவலைப்படாதீங்க... எல்லாம் உங்கள் எண்ணம் போலவே நடக்கும். சரியம்மா நான் பேசிக்கொண்டே இருந்தால் நம் பேச்சிக்கு வரம்பில்லாமல் போய்விடும். நடப்பதெல்லாம் நல்லதாகவே நடக்கும். எதற்கும் கவலைப்படாதீங்க!"

என்று விடை கொடுத்து வழியனுப்பி வைத்தார். பின்னர் மூவரும் அங்கிருந்து கிளம்பி வைஷ்ணவி வீட்டுக்கு சென்றனர். ஆனால் இப்பவும் தன் தாயிடம் எந்த விஷயத்தையும்

கேட்கவில்லை எழில். அவனுக்கு ஏதாவது புரிந்ததா? அல்லது புரிந்தும் தெரியாத்தைப் போல் அப்பராணியாக இருந்தானா? இதுவும் ஒரு புரியாதப் புதிர்.

வழியெங்கும் அவனது பேச்செல்லாம், வைஷ்ணவி வீட்டின் பக்கத்திலுள்ள ஏரியைப் பற்றியே இருந்தது.

"அம்மா இன்னிக்கு அந்த ஏரியை எனக்கு சுற்றிக் காட்டுங்கம்மா!"

பிடிவாதமாக இருந்தான் எழில். அதைக் கண்டும், கேட்டும் ஆடித்தான் போனாள் வைஷ்ணவி.

"அங்கெல்லாம் போகக் கூடாதப்பா! அது ஆபத்தான இடம். அந்த ஏரி கரை பார்க்க அழகாவும் அமைதியாகவும்தான் இருக்கும். ஆனால் அதுல தீடீரென்று நீர் சுழல்போல சுற்றும். அந்த மாதிரி எதிர்பார்க்காமல் வந்த சுழலில் சிக்கி எத்தனையோ பேரு இறந்திருக்காங்க தெரியுமா? ஒரு சிலரோட பொணம் கூட கைக்கு கிடைக்காமப் போயிருக்கு தெரியுமா? அப்படி இறந்தவங்களோட பொணத்தை போலீஸ் உதவியோட தேடும் கருவியை வைச்சி தேடியாச்சி. ஆனால் ஒரு காசுக்கு புண்ணியம் இல்லை... என்ன மாயமோ எங்கே போயி சொருகிச்சோ? அங்க சேட்டைங்க சுத்துற இடம். இதுவெல்லாம் உனக்கு புரியாது! புரியிற வயசும் இல்லை!"

வைஷ்ணவி இப்படி திட்ட வட்டமாகச் சொன்னதும், எழில் தன் கண்களை உருட்டி விழித்தான்.

'எப்பப்பார்த்தாலும் அறியாத வயசு, புரியாத பருவம் என்று சொல்லுவதே பொழப்பாய் போச்சு'

என மனசுக்குள்ளே கருவியவன் தன் தாயை இருக அணைத்துக் கொண்டான்.

மறுநாள் பொழுது விடிந்தது, மகனுக்காக ஒரு சில இடங்களைச் சுற்றிக் காட்டினாள் ஹேமா. அன்றையப் பொழுதுதை தாய்லாந்து நாட்டிலிருக்கும் சரித்திரம் சொல்லும் இடங்களை

எல்லாம் சுற்றிப் பார்த்தனர். இரவானதும் வைஷ்ணவி கொடுத்த விருந்தை உண்டு மகிழ்ந்து இரவை அங்கேயே கழித்தனர்.

பொழுது விடிந்தது, புறப்பட தயாராயினர். விமான தளம் வரை வழியனுப்ப வந்தாள் வைஷ்ணவியும். ஹேமாவும் எழிலும் விமானம் ஏற தயாராயினர். ஹேமாவை கட்டியணைத்து பிரியா விடை முத்தம் கொடுத்தாள் வைஷ்ணவி. அவளுக்கு முத்தம் கொடுத்ததைப் போல் எழிலுக்கும் கொடுக்க நினைத்து அள்ளி அணைத்தாள். எழிலுக்கு அவள் மேல் அடங்காக் கோபம். அணைத்த அவளின் கையை உதறிவிட்டு தன் தாயின் கையைப் பிடித்தான். அப்பொழுது அவள் வருந்தவில்லை. 'பெரியவனாகியதும் எல்லாம் புரிஞ்சிப்பான் என்று தன்னைத்தானே சமாதானப்படுத்திக் கொண்டு அவர்களை வழியனுப்பி வைத்தாள்.

ஹேமாவும், எழிலும் நல்லபடியாக தங்கள் தாயகத்திற்கு திரும்பினர். அங்கே கெ.எல்.ஐ. விமான நிலையத்தில் அவர்களின் வருகைக்காக வேணுகோபால் காத்திருந்தார். தந்தையையும், சின்னம்மா ஜமுனாவையும் கண்டது எழில் ஓடி வந்து கட்டிக்கொண்டான்.

அந்த நாள் தொட்டு, கண்ணும் கருத்துமாக, வேளா வேலைக்கு, தவறாமல் தாய்லாந்து நாட்டில் வாங்கி வந்த ஹார்மோன் மாத்திரைக்களைக் கொடுத்தாள் மகனுக்கு. தன் தங்கையிடமும் நடந்தவை எல்லாவற்றையும் கூறினாள். ஜமுனாவும் அவள் சொல்வதைக் கேட்டு நடந்துகொண்டாள்.

காலப் போக்கில் எழிலிடம் இருந்த மென்மையான பெண்மை மறைய தொடங்கியது. அவன் வளர... வளர அரும்பு மீசை துள்ளிவரும் ஆண்மகனாக வளர்ந்தான். இதைக் கண்டு ஹேமா உள்ளம் பூரித்துப் போனாள்.

எழில் இடைநிலை படிப்பை முடித்து, உயர் நிலை படிப்பையும் முடித்து, தந்தை சொல் மிக்க மந்திரமில்லை என்பதற்கு ஒப்ப மருத்துவம் படிக்க இந்தியா பயணமானான்.

ஆரம்ப கட்டத்திலேயே ஹேமாவுக்கு தெரிந்தது தன் மகன் எதையோ சாதிக்கப் பிறந்தவன் என்று.

விமானத்தின் சன்னல் ஓரம் அமர்ந்து கொண்டு தன் குடும்பத்தாரின் புகைப்படத்தை எடுத்து தன் உள்ளங்கையில் வைத்து தடவிக் கொண்டு, கண்களை மூடி எதையோ சிந்தித்து கொண்டிருந்தான். அப்பொழுது அவன் மேல் பக்கத்து இருக்கையில் அமர்ந்தவளின் கை பட்டது. அவன் திடுகிட்டு மேலே பட்டக் கையை ஒதுக்கி விட்டான். அவனுக்கு எந்த ஸ்பரிசமும் இல்லை. அவன் மேல் கையைப் போட்டவளும்;

"அண்ணா... என்னை மன்னித்துவிடுங்கள், தெரியாமல் பட்டுவிட்டது இனிமேல் இந்த தவறு நடக்காமல் பார்த்துக்கொள்கிறேன்!"

என்று பரபரப்பு நிறைந்த குரலில் சொன்னாள். அந்த குரலில் இருந்து தெரிந்து கொண்டான், பக்கத்தில் அமர்ந்திருக்கும் பெண் தன் தாய் ஹேமாவை போன்றவள் என்று. அதனால் அவள் மேல் அவனுக்கு ஆத்திரம் துளியளவும் வரவில்லை. மாறாக உடன் பிறப்பு இல்லாத அவனுக்கு தங்கை கிடைத்தது போல் இருந்தது. மனதார தங்கையாக ஏற்றுக்கொண்டவன் அவனே அவளிடம் பேச தொடங்கினான்.

"அதுக்கென்ன... பரவாயில்லையம்மா... உங்கள் பெயரென்ன?"

"என் பெயர் அஷ்வினி... நான் மெடிக்கல் படிப்பதற்காக இந்தியா போகிறேன். ஆனால் நாங்கள் எவ்வளவு திறமைசாலியாக இருந்தாலும் இந்த சமுதாயம் எங்களை விரட்டித்தான் அடிக்கிறது எல்லாமே கடவுள் சித்தப்படிதான் நடக்கிறது யாரை குற்றம் சொல்லி என்ன செய்ய?!"

என தன் சோகக் கதையை சொன்னாள். எழில் பதிலேதும் பேசாமல் குமறும் உள்ளத்தை மேலும் கொந்தளிக்க விடாமல் அவளை சமாதானப் படுத்தினான். அவனது பேச்சு அவளுக்கு தைரியத்தைக் கொடுத்தது.

"அண்ணா உங்கள் பேரைச் சொல்லவே இல்லையே?"

மௌனமாக சிரித்தப்படியே கேட்டாள்.

"என் பெயர் எழில். நானும் நீங்கள் போகும் காலேஜுக்குத்தான் மெடிக்கல் படிக்கப் போகிறேன். அங்கு நீங்கள் எதற்கும் பயப்படாதீர்கள். உங்கள் படிப்பு முடியும்வரை அண்ணனாக பாதுகாப்பு கொடுக்கிறேன்!"

வந்ததுமே பாசத்துடன் பழகும் அவனை அன்போடு பார்த்தாள்.

இருவருக்கும் ஒரே காலேஜியில் படித்தார்கள். தங்கும் விடுதி மட்டும் வேறு வேறு இடத்தில் இருந்தது. இருவரும் மலேசியாவிலிருந்து போனதால், ஒருவருக்கு துணை ஒருவராய் இருந்தார்கள். இவர்களின் தூய்மையான நட்பை ஒரு சிலர் கொச்சைப் படுத்தினர். அதையெல்லாம் கேட்டு எழில் அஞ்சவில்லை. மாறாக எதிர்த்து நின்றான்.

அனால் அவர்கள் தன்னை அசிங்கப் படுத்துவதை எண்ணி அஷ்வினி முகத்தில் சோகம் குடிகொண்டது.

ஒரு நாள் இருவரும் ஒரு உணவகத்தில் உணவு சாப்பிட்டிக் கொண்டிருந்த சமயம் அந்த வழியாக வந்த, அவர்களோடு சேர்ந்து படிக்கும் மாணவர்கள், கொச்சை வார்த்தையால் பேசினார்கள்.

அதைக் கேட்ட அஷ்வினிக்கு அழுவதை தவிர வேறெதுவும் தெரியவில்லை. ஆனால் எழில் பொங்கி எழுந்தான். அவர்களை பக்கத்தில் கூப்பிட்டு அமரச் சொன்னான்.

"நீங்களெல்லாம் படிக்கத்தானே வந்தீர்கள், படிப்பதில் கவனம் செலுத்தாமல் ஏன் கண்ட மாதிரியெல்லாம் பேசித் திரியிரிரீர்கள்? அவளுக்குகாக யாரும் தட்டிக் கேட்க்க மாட்டார்கள் என்ற தைரியமா?"

எழில் கோபத்தில் கொந்தளிப்பதைக் கண்டு அந்த இரண்டு மாணவர்களும் பயத்தால் ஆடி போயினர்.

“இல்லண்ணே இனிமேல் இந்தமாதிரி அசிங்கப் படுத்தமாடோம் அண்ணே! எங்களை மன்னிச்சிடுங்கண்ணே!”

அதற்கு எழிலும்;

பரவாயில்லை நடந்தது நடந்துவிட்டது. இனி நடப்பவையெல்லாம் நல்லவையாகவே நடக்கட்டும்!”

சாந்தமாக அமைதியாக சொன்ன எழில். தொடர்ந்து பேசினான்.

“அஷ்வினியை போல பிறந்தவர்களை நாம் எப்பவுமே இழிவு படுத்தக்கூடாது. அவர்கள் வேண்டுமென்றா அப்படி பிறந்தார்கள்? இல்லைதானே?”

வேதனையோடு சொல்லியவன் அஷ்வினியைப் பார்க்கிறான். அவள் கண்கள் கலங்கி படி கட்டாந் தரையை பார்த்துக் கொண்டிருக்கிறாள்.

மீண்டும் அந்த மாணவர்களைப் பார்த்து எழில் சொன்னான்;

“பார்த்தீர்களா... அவள் எப்படி அழுகிறாள் என்று. அவளும் உயிருள்ள ஒரு மனுஷிதானே, அவளுக்கும் இதயம் இருக்குத்தானே? கொஞ்சம் நினைச்சிப் பாருங்க நம்ப யராவது அப்படி பிறந்திருந்தால், அவள் நிலையிலிருந்து எண்ணி பாருங்கள் அந்த வேதனை உங்களுக்கு என்னானுப் புரியும்.

எழில், அஷ்வினியின் வேதனைகளைச் சோகத்தோடு சொன்னான். அதற்கு அவர்களும்;

“ஆமாம்... அண்ணே எங்களுக்கும் புரியுது அண்ணே!”

இரு மாணவர்களும் கெஞ்சலோடு சொன்னார்கள்.

“அந்த மாதிரி பிறபதற்கு அவர்கள் காரணம் இல்லையே! ஏன் நாமும் இப்படி பிறப்போம் என்று நமக்கும் தெரியாதல்லாவா? அதைப் போலத்தான் அவர்களின் பிறப்பும். தன் தாயிக்கே தெரியாதல்லவா? ஏன் நாம் தெய்வமாய் வணங்கும் நம் தாய்க்கு கூட தெரியாதல்லவா? அது தெரிந்திருந்தால், இவர்கள் படும்

வேதனையைப் பார்த்து கர்பத்திலேயே கலைத்திருப்பாள். அப்படிப் பட்டவர்களை நாம் இழிவு படுத்தலாமா? இது போன்றவற்றை நாம் முறியடிக்க வேண்டும்.!"

என்று தனது ஆதங்கத்தை வெளிபடுத்தியவன், அஷ்வினியை சமாதானப் படுத்தினான். அவளும் அண்ணைப் பார்த்து புன்னைத்தாள்.

அந்த இரண்டு மாணவர்களும் அஷ்வினியிடம் மன்னிப்புக் கேட்டனர்.

பின்னர், இவர்கள் மூவரோடு மற்ற மாணவர்களும் சேர்ந்து படிப்பில் கவனம் செலுத்தினர்.

அந்த இரண்டு மாணவர்களும், அஷ்வினியைப் போல் பிறந்தவர்களை யாரும் இளிவு படித்தக் கூடாதென்று விளிப்புணர்வை ஏற்படுத்தி அவர்களும் இதயமுள்ள மனிதர்களே என்னும் கருத்தை நிலை நாட்டினர்.

இந்தியாவிலேயே மருத்துவதுறை மாணவனான எழில் முதல் மாணவனாக வந்தான். அதோடு நின்று விடாமல் மருத்துவத்துறையிலே இதுவரை யாரும் செய்து முடிக்காத ஒரு துறையை தேர்ந்தெடுத்தான். அதில் வெற்றியும் பெற்றான்.

படிப்பை முடித்து மலேசியாத் திரும்பியவன் தன் தந்தை பணியாற்றும் மருத்துவமனையிலேயே வேலைக்கு சேர்ந்தான்.

அவனது திறைமையைக் கண்டும், யாரும் செய்ய இயலாத செயலைக் கண்டும், நாடே பாராட்டியது. இதில் அதிகம் மகிழ்ந்தவர்கள் பிறழ்ந்து பிறந்த திருநங்கைகள்தான். அவர்களின் மகிழ்ச்சிக்கு எல்லையே இல்லாமல் கூத்தாடிக் கொண்டாடினர்.

அத்தியாயம் 22

விஷயம் அறிந்த தாய்லாந்து நாட்டிலிருந்து டாக்டர் செல்லையாவும், திருநங்கைகளின் தலைவி வைஷ்ணவியும் வந்து சேர்ந்தார்கள்.

அவர்களுக்கு விமான நிலையத்திலேயே வரவேற்பு பலமாக இருந்தது. இருவருக்கும் ஆளுயர பூ மாலை, தாரை... தப்பட்டைகள், மேள தாளம், நாதஸ்வரம், உருமி மேளம் போன்ற இசைக் கருவிகளைக் இசைத்து அவர்களை வரவேற்றனர்.

டாக்டர் செல்லையா மகிழ்ச்சி பொங்க டாக்டர் வேணுகோபாலைக் கட்டித் தழுவினார். நலம் விசாரித்தார்.

"உங்கள் மகன் எழிலைப் பெற்றதுக்கு நீங்கள் மாபெரும் தவம் செய்திருக்க வேண்டும்..!"

என்று மகிழ்ச்சியோடு சொன்னவர் சாதனையாளர் எழிலைப் பார்த்து;

"எப்படி எழில் உங்களுக்கு இந்த மருத்துவத்துறையில் யாரும் செய்யமுடியாத ஒரு செயலை சாத்திக்க எண்ணம் வந்தது?"

அவர் கேட்ட கேள்வியைக் கேட்டு புன்முறுவலித்த எழில் இப்படிச் சொல்கிறான்.

"என்ன... டாக்டர் நீங்களே இப்படி கேட்கிறீங்க? முதலில் நான் கற்றப் பாடம் உங்களிடமே!"

"என்ன எழில் சொல்கிறீர்கள்? என்னிடமா?"

அவனது சொல் செல்லையாவை வியப்பில் ஆழ்த்தியது.

“ஆமாம் டாக்டர்... என்னை சுற்றியிருந்த ஒரு பெரிய ஆபத்தை முறியடித்தப் பெருமை உங்களையே சேரும். உங்களுக்கு நான் என்ன கைம்மாறு செய்யப் போறேன்னு எனக்கே தெரியல?”

நா தழு... தழுக்க மகிழ்ச்சியின் உச்சத்திலிருந்து கூறினான் எழில்.

“என்ன? நானா..? எப்படி? எனக்கு புரியலையே? புரியும்படி சொன்னா புரியும். எனக்கும் வயசாகிடுச்சில்லையா? ஞாபக மறதியும் கூடவே ஒட்டிகிடுச்சி. இருந்தாலும் ஒரு சந்தோஷம் உங்களைப் போன்ற இளையர்கள் எங்களைவிட திறமைசாலியா இருக்கீங்க!”

“அதுவெல்லாம் இருக்கட்டும் டாக்டர். நான் கடந்து வந்தக் கதையைச் சொல்கிறேன் கேளுங்கள்!”

என்று சொன்னவனை வியப்போடு பார்க்கிறார், ‘என்ன சொல்லப் போகிறானோ?’ தனக்குத்தானே கேட்டுக் கொள்கிறார்.

“டாக்டர்... உங்களுக்கு ஞாபகம் இருக்கா? எனது ஒன்பதாவது வயதில் உங்களிடம் என்னை, எங்கம்மா கூட்டி வந்தாரே?”

சொல்லியவன் அவரை ஏக்கப் பார்வையோடு பார்த்தான். அவருக்கு ஞாபகம் இருக்கோ இல்லையோ என்று.

“அடடே... அது எப்படி மறக்க முடியும்?”

“அப்போ நீங்களெல்லாம் ஒரு சிறுவனாகத்தான் என்னைப் பார்த்தீர்கள். எனக்குள் இருந்த உணர்வுகள் நான் மட்டுமே அறிந்தது. உங்களின் ஆலோசனைப்படி என் தாய் ஹேமா அக்கறை எடுத்ததால் இன்று நானும் எந்தக் குறையுமில்லாத ஆண் மகனாக இருக்கிறேன். முதலில் உங்களுக்குத்தான் நன்றி சொல்லோனும். இரண்டாவதாக எங்கம்மா ஹேமாவுக்கு. அவுங்களுக்கு கோயில் கட்டியே கும்பிடலாம். என்னைப் பெற்றவள் அம்மா ஜமுனாவாக இருந்தாலும், எல்லா விதத்திலும் பக்கத் துணையா இருந்து என்னை ஒரு மனுஷனாக்கியப் பெருமை என் தாய் ஹேமாவையே சேரும்!”

இதையெல்லாம் பக்கத்திலிருந்து கேட்டுக் கொண்டிருந்த ஹேமா ஓடி வந்து மகனைக் கட்டிக் கொண்டு ஆனந்தக் கண்ணீர் வடிக்கிறாள்.

எழில் தொடர்ந்து சொல்கிறான்.

அன்றைக்கு மட்டும் எங்கம்மா ஏனோ தானோன்னு விட்டிருந்தாங்கன, நான் இந்தச் சாதனையைச் செய்திருக்க முடியுமா? கேள்விக் குறியாகிப் போயிருப்பேன். நீங்களும்தான் டாக்டர் நீங்களும். அப்பவே அந்த ஆண்களுக்கான ஹார்மோன் மாத்திரையைச் சாப்பிடச் சொல்லி ஆலோசனைக் குடுக்கலனா?

சொன்னவன் டாக்டரை நன்றியோடு பார்க்கிறான்.

“பிறகு நான் பெரியவனாதும் எங்கம்மா கொஞ்சம்... கொஞ்சமாக அவர்கள் பட்ட கஷ்டங்கள், பட்ட வேதனைகள், குடும்பத்தால், சமுதாயத்தால் விரட்டியடிக்கப்பட்ட விளைவுகள் அவர்கள் சொல்ல... சொல்ல கேட்கும் பொழுது என் மனமும் ரணமானது. பிறப்பிலேயே பிறழ்ந்து பிறந்துவிட்ட அவர்களுக்கு உலகமே திரும்பிப் பார்க்கும்படி எதையாவது செய்யவேண்டும் என்று எண்ணம் தோன்றியது.

அவன்சொல்வதைக் கேட்க... கேட்க டாக்டர் செல்லையாவின் ஆவல் அதிகமானது

“தொடர்ந்து... சொல்லுப்பா... எழில்!”

என்று உற்சாகப்படுத்தினார்.

“மருத்துவப் படிப்பு முடிந்த கையோடு அதே கல்லூரியில் தொடர்ந்து ஆராச்சி பாடத்தை எடித்துப் படித்தேன். அப்படி ஆராய்ச்சி பண்ணியதில் கிடைத்த வெற்றிதான் இந்தப் பிறழ்ந்து பிறந்தவர்களும் தங்களின் கருவறையிலே, கர்பத்தை பத்து மாதம் சுமந்து பெற்றெடுக்க முடியும் என்பதை நிலை நாட்டியது!”

இப்படி பேசிக் கொண்டிருக்கும் பொழுது ஒரு தொலை பேசி அழைப்பு வந்தது எழிலுக்கு.

எதிர் முனையிலிருந்து;

'ஹலோ... டாக்டர் எழில் இருக்கிறாரா?"

"எஸ்... எழில்தான் பேசுறேன்.... யார் பேசுறது? என்ன விஷயம்?

"டாக்டர்... நான்... டாக்டர் மல்லிகா பேசுறேன். திருநங்கை சூரியாவுக்கு, பிரசவ வலி ஆரம்பிடிச்சுடுச்சி. அவர்களைப் பிரசவ அறையில் படுக்க வைச்சிருக்கிறோம். நீங்கள் உடனே புறபட்டு வாங்க!"

அவள் சொல்லும் பதட்டத்தைக்கண்டு பதரிப் போன எழில், உடனே உடனிருக்கும், டாக்டர் செல்லையாவையும் அழைத்துக் கொண்டு மருத்துவமனையை நோக்கி அதி வேகமாக காரைச் செலுத்தினான்.

கார் மருத்துவமனையை அடைந்தது. எழில், டாக்டர் செல்லையாவை கூட்டி கொண்டு பிரசவ அறையுனுள் நுழைந்தான். நுழைந்தவன் சிறிதும் தாமதிக்காமல் பரிசோதித்த பிறகு, அவளை உடனடியாக ஆப்ரேஷசன் தியேட்டருக்கு கொண்டுவந்தனர்.

டாக்டர் செல்லையாவின் உதவியோடு சூரியாவுக்கு ஆப்ரேஷசன் செய்து ஆண் குழந்தையை வெளியே எடுத்தான் எழில்.

திருநங்கை சூரியாவும் தாயானாள். ஆப்ரேஷன் செய்த வலி, கர்பப்பை தன் துணையைக் காணவில்லையே என தேடும் மங்குத்து வலி தாங்க முடியாத வலி இருந்தாலும், 'நானும் தாயாகி விட்டேனே' என்ற மகிழ்சி அந்த வலியெல்லாம் காற்றில் பறந்தது.

அந்த நேரம் பார்த்து சூரியாவைக் காணத் திருநங்கைகளின் படையே திரண்டு வந்தது. அதில் முதலில் நின்றவர்கள் ஹேமா, அவளின் அம்மா சாந்தா, தாய்லாந்திலிருந்து வந்திருக்கும் வைஷ்ணவி, அவர்களின் பின்னால் நிறையப் பேர் படையெடுத்திருந்தனர். அனைவரையும் உள்ளே அனுமதிக்க

முடியாது என்பதால் முக்கியமானவர்களை மட்டும் உள்ளே அனுமதிக்கப்பட்டனர்.

அவர்கள் ஹேமா... சாந்தா... வைஷ்ணவி. பிறந்த குழந்தையை ஆள்... மாற்றி ஆள் எடுத்து கொஞ்சி குலாவினர்.

“ஹேமா... குழந்தையை எங்கிட்ட கொஞ்சம் கொடுங்களேன்”

வேணுகோபால்தான் இப்படி கேட்டார். அவருக்குள்ளும் எத்தனை ஆசைகள்.

“இதோ... கொண்டு வர்றேங்க... நீங்கள் இந்த குழந்தையைக் கேட்பது எனக்கு எவ்வளவு மகிழ்ச்சியாக இருக்குத் தெரியுமா?”

“இது நம் மகனின் சாதனை குழந்தையல்லவா, இருக்காதா பின்னே!”

குழந்தையை தூக்கி கொஞ்சி குலாவி விட்டு ஜமுனாவிடம் கொடுக்கிறான். அவளும் அக் குழந்தையை தூக்குகிறாள். அப்போது மகன் எழில் அங்கு வந்து;

“அம்மா... போதும்மா... பிறந்த குழந்தை, அதற்கும் கொஞ்சம் ஓய்வு கொடுங்கள்!”

என்று சொன்னவுடனே காலம் தாமதிக்காமல் குழந்தையை தொட்டிலில் போட்டாள் ஜமுனா. ஆனால் குழந்தையை தன்னோடு வைத்துக்கொள்ள ஆசையாக இருந்தது. தாய் சூரியா விடுவாளா? அபூர்வமாய் பெற்ற குழந்தையல்லவா? அந்தத் தாயின் மனதிலும் எத்தனை கனவுகள் இருக்கும்?

குழந்தையைப் பெற்ற திருநங்கை சூரியாவின் உள்ளம் மிகுந்த உற்சாகத்தில் மூழ்கியிருந்தது. யாரும் பெற முடியாத பெரும் பொக்கிஷம். யாரும் பெற முடியாதைப் பெற்ற பாக்கியசாலியல்லவா.

டாக்டர் செல்லயா வார்டிலிர்ய்ந்து திரும்பும் பொழுது திருநங்கைகளின் தாய் சாந்தாவைப் பார்த்து. உடனே சாந்தாவை நோக்கி விரைவாக வந்தார். வந்தவர் சாந்தாவை பார்த்து;

"மேடம் என்னைத் தெரியுதா?"

என ஆவலோடு கேட்டார்.

"யாரது...? எங்கேயோக் கேட்டக் குரல்... எப்பவோ பார்த்த முகம்... ஆனால் யாருன்னு நினைவுக்கு வரலை! எனக்கும் என்பது வயதை தொடப்போவது இல்லையா? எனது பார்வையும் மங்கிப் போச்சு... பரவாயில்லை நீங்களே சொல்லுங்களேன் யாரென்று?"

என்ற புதிரோடு எதிர்பார்போடும் கேட்டாள் சாந்தா.

"மேடம்... நான்தான் தாய்லாந்திலிருந்து வந்திருக்கும் டாக்டர் செல்லையா!"

என்று சொன்னவரைப் பார்த்து பூரித்துப் போனாள் சாந்தா.

"ஐயோ டாக்டர்... நீங்களா? எப்படி இருக்கீங்க?"

சாந்தா மேடத்தின் கையில் ஒரு மாதுளங்கனி கொடுத்து ஓர் ஆசனத்தில் அமரச் செய்தார். அவர்கள் அமர்ந்த இடம் பசுமை கொஞ்சும் புல் தரை. ஆங்காங்கே சி. சி. டிவி கேமராவும் பொருத்தப்பட்டிருந்தது. சிகப்பு வண்ணத்தில் பூக்கள் கையால் செய்யப்பட்டதைப் போல் மரக் கிளைகளிலிருந்து பந்து... பந்தாக தொங்கிக் கொண்டிருந்தது. பச்சைக் கிளிகளும் பறந்து அந்த இடத்திற்கு அழகுக்கு மேல் அழகு சேர்த்தது. இப்படி ஒரு ரம்மியமான இடத்தில்தான் சாந்தாவை பலவாறாக குசலம் விசாரித்தார்.

"நான் நலமா இருக்கேன் மேடம், உங்களோடு பேச வேண்டியது நிறைய இருக்கு, அதுக்கு நேரமிருக்குமா? தெரியல? நீங்கலெல்லாம் எப்படி இருக்கீங்க?"

"நாங்க எல்லோரும் நலமா இருக்கோம் டாக்டர். என்னா ஒன்னு வயசுதான் ஆகிப் போச்சு!"

"மேடம் உங்களுக்கு ஞாபகம் இருக்கா? முப்பதுவருஷத்திற்கு முன்பு நான் சொன்னது!"

அவர் அப்படி கேட்டதும் ஒரு கண நேரத்தில் ஓர் ஆயிரம் பயங்கரமான கற்பனைகள் சாந்தாவை அலைக்கழித்தன. எவ்வளவ்வோ முயன்றாள் ஏதாவது நினைவுக்கு வருமா? என்று. எதுவுமே நினைவுக்கு வரவில்லையே. என்று ஏக்கத்தோடு கண்கள் கலங்கிய நிலையில்;

"என்ன... டாக்டர் எனக்கு மறந்து போச்சு. முப்பது வருஷத்திற்கு முன்பு நடந்தைக் கேட்க்கிறீங்களே! மூனு நாளுக்கு முன்ன நடந்ததே எனக்கு மறந்து போவுது. நேத்து கூட கையிலே போட்டிருந்த மோதிரத்தை கழட்டி குளியலறையிலே வச்சுபுட்டு வீடு பூரா தேடினேன். அப்புறம்தான் வைஷ்ணவி குளிக்கப் போன போது, பார்த்து எடுத்து வந்து எங்கிட்டக் கொடுத்தாங்க.

இப்படி ஞாபக மறதியும் அதிகமாயிடுச்சி. இப்பவெல்லாம் எங்காவது போறதுன்னாகூடத் தனியாகப் போக முடியாது. யாருடையத் துணையாவது வேணும். அதனால எதுவாக இருந்தாலும் நீங்களே சொல்லுங்களேன்!"

"என்ன மேடம் இப்படிச் சொல்றீங்க? உங்களுக்கு மட்டுமா வயதாகிவிட்டது? எனக்கும்தான்!"

இப்படிச் சொல்லி எல்லோருமே சிரித்தனர்.

இப்படி பேசிக் கொண்டிருக்கும் பொழுதே டாக்டர் செல்லையாவின் கண்கள் யாரையோ தேடியது. அவரும் வந்துவிட்டார். அவர்தான் சாதனையாளர் டாக்டர் எழில்.

எழில் எந்த அகந்தையும் இல்லாத ஆண் அழகன், வேணுகோபால் இளைமையில் எப்படி இருந்தாரோ அப்படியே உரித்து வைத்தாற் போல் எழிலும் இருக்கிறான். இன்னும் திருமணம் ஆகவில்லை. பெண்ணைப் பார்த்தாகி விட்டது. பரிசமும் போட்டாச்சி. பெண் தாய் ஜமுனாவைப் போல் நல்ல சிவப்பழகி.

"சாதனையாளரே பிளீஸ்... சிட்!"

ஓர் ஆசனத்தைச் சுட்டிக் காட்டி அமரச் சொன்னார் டாக்டர் செல்லையா. அதே நேரத்தில் டாக்டர் வேணுகோபாலும், அங்கு வந்து விட்டார். அந்த இடம் ஒரு சங்கமம்மானது.

“சாந்தா மேடம், அன்று உங்கள் மகள் ஹேமாவை பெண்ணாக்கியதற்கு மகிழ்ந்தீர்கள். உங்கள் பிறப்புக்கு என்ன காரணம் என்றும் கேட்டீர்கள். அதற்கெல்லாம் பதிலைச் சொன்ன நான், இன்னும் கொஞ்ச நாளுலே பாருங்க இந்த உலகமே மருத்துவ உலகம் சாதிக்கப் போவதை, இந்த உலகமே திரும்பி பார்க்கப் போவுதுன்னு அன்றைக்குச் சொன்னேனெ ஞாபகம் இருக்கா?”

அதைக் கேட்டு ஓடி வந்து அப்படியே கட்டிக்கொண்டு சொன்னாள்.

“வந்துருச்சி டாக்டர் வந்துருச்சி... ஞாபகம் வந்துரிச்சி!”

இதைக் கண்டு ஹேமாவும், வைஷ்ணவியும் எழிலோடு சேர்ந்து ஏதும் புரியாமல் விழித்தனர்.

“எல்லாம் விதிப்படித்தான் நடக்கும் என்பதெல்லாம் அந்தக் காலம். இந்தக் காலம் அப்படியில்லை. முயன்றால் முடியாதது எதுவும்மில்லை!”

“டாக்டர்... எங்களுக்கும் புரியும்படியா சொல்லுங்கள் டாக்டர்!”

என்றாள் இவ்வளவு நேரம் அமைதியாக இருந்த ஹேமா,

“சொல்றேம்மா... அன்று எங்கள் மருத்துவம், உங்களை ஒரு பெண்ணாகத்தான் மாற்ற முடிந்தது. ஆனால் இன்று உங்களைப் போன்ற பெண்களும், ஒரு கருவை சுமந்து பெற்றெடுக்க முடியும் என்பதை, தன் மருத்துவச் சாதனையால் செய்து காட்டியிருக்கிறார் உங்கள் மகன் எழில். அவனது வளர்ச்சியில் உங்களுக்கும் பெரும் பங்குண்டு. இதை யாராலும் மறுக்கவோ மறக்கவோ இயலாது!”

இதைக் கேட்டு மகிழ்ச்சியில் துள்ளினாள் ஹேமா.

இந்தச் சாதனை இதோடு நின்று போகாதும்மா! இன்னும் எவ்வளவோ சாதிக்க வேண்டியது இருக்கு. பொருத்திருந்து பார்ப்போம். உலகில் விஞ்ஞான வளர்ச்சி... மருத்துவ வளர்ச்சின்னு கரை காணாமல் போய்க்கொண்டிருக்கிறது. எல்லாவற்றைக்கும் நம்மை படைத்த இறைவனுக்கே நன்றி சொல்வோம்.

முற்றும்.

நாவல் : "காத்திருந்தவிடியல்"

எழுதியவர் : விமலா ரெட்டி,

Add : Block 62, #01-06,

Jalan tenang,

Taman ungku tun Aminah,

Skudai 81300,

Johor.

I/c 550213105460

Tle 0167207247.

www.ingramcontent.com/pod-product-compliance
Ingram Content Group UK Ltd.
Pitfield, Milton Keynes, MK11 3LW, UK
UKHW040227300826
14791UKWH00001B/17

9 798885 304474